Tala at Buwan

Larkenechii

Ukiyoto Publishing

All global publishing rights are held by

Ukiyoto Publishing

Published in 2024

Content Copyright © Larkenechii
ISBN 9789362695925

All rights reserved.
No part of this publication may be reproduced,
transmitted, or stored in a retrieval system, in any
form by any means, electronic, mechanical,
photocopying, recording or otherwise, without the
prior permission of the publisher.

The moral rights of the author have been asserted.

This is a work of fiction. Names, characters, businesses,
places, events, locales, and incidents are either the
products of the author's imagination or used in a
fictitious manner. Any resemblance to actual persons,
living or dead, or actual events is purely coincidental.

This book is sold subject to the condition that it shall
not by way of trade or otherwise, be lent, resold, hired
out or otherwise circulated, without the publisher's
prior consent, in any form of binding or cover other
than that in which it is published.

www.ukiyoto.com

Dedication

Taos Puso Po akong nagpapasalamat Unang una sa panginoon.Pangalawa Sa aking pamilya.Pangatlo Sa mga taong naniniwala sa akin.Pang Lima Kay Miss Kimberly Jane Narvasa thank you Po miss.

Contents

Prologue   1

Chapter 1 - Conversation between Krisha and Crystal 6

CHAPTER 2 - Paghihintay Nina Crystal Sa mga kaibigan Niya   18

Chapter 3 - Pagkwento ni Jasmin at Thalia Sa mga kaibigan   24

Chapter 4 - Bitterness   30

Chapter 5 - Hapag Kainan   35

Chapter 6 - Paglaro ng Truth, or Dare   41

Chapter 7 - The first day of school   47

Chapter 8 - Strands   52

Chapter 9 Graduation   58

Chapter 10 - First Talk of Benjamin and Crystal   64

Chapter 11 - In the Restaurant   68

Chapter 12 - pag uusap nina Analie Amalie and James Legarda   70

Chapter 13 Pag uusap nina Shaira Macapagal and Derrick Alonzo   75

Chapter 14 - Interaction of Rachel Buencamino and Harold Quiamco   78

Chapter 15 - Karina Quiambao and Vincent Sandejas   80

Chapter 16 - Eleonor Buenavista and Robert Clarkman   83

Chapter 17 - Jane Hillario and Echo Robles   85

Chapter 18 - Laureen Saavedra and Calix Buenaventura
87

Chapter 19 - Jasmin Corpuz and Jestoni Melendres 89

Chapter 20 - Thalia Marfori and Kristian Marco 91

Chapter 21 - Maxene Hermosa and Ashley Ramirez 93

Chapter 22 - Erene Roque and Sebastian Lucero 95

Chapter 23 - Amor Dela Merced and Timothy Saavedra 97

Chapter 24 - Krisha Velarde and Kim Mendiola 99

Chapter 25 - The birthday celebration of Thalia 101

Chapter 26 :Reincarnation 104

Chapter 27: Sayawan 107

Chapter 28: Pagsasayaw 110

Epilogue 112

About the Author *114*

Prologue

Maagang gumising si Crystal dahil ngayong araw ay may isang okasyon na ipinagdiriwang nang lahat ng Baranggay nila. Siya si Crystal isang eighteen years old. Habang abalang abala ang Ina ni Crystal na asikasohin ang ibang tao si Crystal naman ay nasa hapag kaininan at naglagay ng iba't ibang uri ng mga ulam. At ilang sandali pa ay may tumawag sa kanya ng.

"Bess, pwede bang makikain." wika ni Analie na best friend niya since birth. Nagulat si Crystal kong sino ang nagsasalita sa likuran niya. Nilingon niya ito at ngumiti siya kay Analie. Tinapik ni Analie si Crystal sa may balikat nito.

"Ano ba'yan bess sobrang sakit ng pagkatapik mo." Reklamo ni Crystal sa kaibigan nito.

Actually, anim silang magkakaibigan si Analie na kapit bahay niya. Si Laureen na kapit bahay nila ng purok at Si Jasmin at Thalia na kapit bahay nila ng baranggay. Habang si Krisha lang ang tanging napakalayo sa kanila. At sumagot naman si Analie sa reklamo ng kanyang kaibigan na si Crystal.

"Bess,pasensya ka na huh nadala lang talaga ako sa emotion ko." wika ni Analie na habang tumatawa.Tila tumahimik ang paligid dahil nakatuon ang kanilang pansin sa dalawang magkaibigan na sina Analie at

Crystal. Tinanong ni Crystal si Analie kong kumain na ba ito at ang sagot naman ni Analie.

"Bess kumain ka na ba?" seryosong tanong ni Crystal sa kaibigan nitong si Analie.

"Di pa bess may adobong manok ba kayo diyan?" Paghahanap ni Analie sa paborito nitong pagkain.

"Adobong Manok? Yes, bess meron. Teka lang bess nasabihan mo na ba yong iba nating mga kaibigan?" wika ni Crystal.

"Oo bess si Laureen papunta na daw rito.." wika ni Analie. At ipinakita ni Analie ang conversation nila ni Laureen at ito iyon.

Conversation of Laureen with Analie.

Analie

Beshie cakes nasaan ka na ba hinahanap ka na ni Crystal at saka andito na ako. Ikaw nasaan ka na ba?

Laureen Bess andito pa ako sa kanilang kanto di mo naman ako hinintay papunta na ako diyan at hinintay ko lang si Jasmin at Thalia.

Analie Ahh, sige beshie ingat ka diyan, huh?

Laureen Oo naman at paki sabi kay beshy Crystal na tabihan kami ng fried chicken at lechon if meron man.

Analie Sige sige beshy sasabihin ko lang mamaya kay Crystal bye muna ingat kayo diyan huh.

Laureen Opo ikaw din ingat ka.

At habang kumain si Analie ay napagisipan nito na makipag kwentuhan pa sa kaibigan nitong si Crystal. Simula pagkabata kahiligan na nilang dalawa na makipag kwentuhan.

"Bess kamusta na pala yong school mo maayos ba mga kaklase mo?" tanong ni Analie kay Crystal.

"Maayos naman medyo kinakabahan lang ako this school year, sobrang competitive ng mga kaklase ko," wika ni Crystal kay Analie.

"Hala talaga ba buti pa sa amin walang competitive bida bida lang meron doon, eh?" wika ni Analie.

"Sino ang bida bida doon?" pagtatanong ni Crystal.

"Edi sino pa ba si Jessica." wika ni Analie.

"Luh hanggang ngayon bida bida pa din siya? Last year, noong naging kaklase pa natin siya ganyan din ugali niya feeling niya kasi lahat ng tao nagugustuhan siya hindi naman.".

"Oo nga saka di naman ito maganda bakit ba kasi matataas grades mo last year tingnan mo tuloy di na tayo magkaklase buti na lang magkaklase pa kami ni Krisha may nakakasama akong makipag chikahan.".

"Di ko nga expect na maging first section ako this year, kasi sobrang liit para sa akin yong nakukuha kong mga marka sa exam, buti na lang andyan din si Laureen sa akin para gabayan ako at may makakausap minsan minsan.".

"Ahh sina Jasmin at Thalia magkaklase din ba sila sa ikatlong section?" pagtatanong ni Analie kay Crystal.

"Oo ata second section, kayo ni Krisha?" wika ni Crystal.

"Oo magkatabi lang kaya tayo ng room." Sabi ni Analie.

At ilang sandali pa ay dumating na Sina Laureen, Jasmin, and Thalia. Nasa labas na ito ng gate at sumisigaw ito ng...

"Tao po..." wika ni Laureen "Tao po..." wika Naman ni Jasmin"Tao po..." wika Naman ni Thalia.

"Bess narinig mo ba iyon?" wika ni Analie kay Crystal.

"Oo bess boses iyon ng tatlo ahh dumating na pala sila di man nila ako sinabihan na nandyan na pala sila pero pagbuksan ko muna sila ng gate bess sasama ka ba?" pagtatanong ni Crystal sa kaibigan nito na si Analie.

"Sige bess sasama ako pero ilalagay ko muna itong pinagkainan ko sa kusina," said Analie.

"Sige bess bilisan mo maghihintay na lang ako dito," said Crystal.

At dali dali namang inilagay ni Analie ang kanyang pinagkainan sa kusina. At agad na dumiretso sa kinatatayuan ni Crystal. At dumiretso na silang dalawa papuntang labas ng gate nila. Binilisan nila dahil sobrang init na sa labas dahil sa klima ngayon. Binuksan agad ni Crystal ang gate nang walang pag-aalinlangan.

Binati ni Laureen sina Analie at Crystal ng...

"Magandang araw mga beshy ko kumain na ba kayo?" Seryosong tanong ni Laureen kina Analie at Crystal.

"Di pa." Sagot ni Crystal kay Laureen.

"Bess pasensya na huh ngayon lang kami antagal kasi ng kapatid ko maligo eh kaya natagalan kami." wika ni Jasmin sa mga kaibigan.

"Oo bess tapos naglakad lang kami papunta dito." wika ni Thalia.

"It's okay lang bess ang importante dumating na kayo hali muna kayo dito sa loob para di kayo mainitan okay lang ba na hintayin natin si Krisha bago tayo pumasok sa loob at kumain?" tanong ni Crystal sa mga kaibigan nito.

"Okay lang naman para sama sama tayong kumain," wika ni Thalia.

"Oo nga okay lang din naman sa akin," said Jasmin.

"Me too," said Laureen.

"Sa akin din," wika ni Analie "Bess saan ba kayo magkaka college?" tanong ni Thalia

"Ako siguro kong saan malapit at nandoon ang kurso ko doon na lang ako," wika naman ni Laureen.

"Same here," said Wika Ni Jasmin.

"Ako din," wika ni Analie at Crystal.

Sa haba ng kanilang pag kwekwentuhan ay biglang napa chat si Krisha ng...

Chapter 1 - Conversation between Krisha and Crystal

Krisha

"Bess pwede ko bang isama yong tatlo kong pinsan at tatlong kaibigan ng pinsan ko at dalawa kong kaibigan if okay lang sa iyo?"

Crystal Okay lang naman, wait itatanong ko. Muna sa kanila if okay lang ba.

At bumalik ang atensyon ni Crystal sa mga kaibigan nito.

"Guests, may sasabihin ako sa inyo if okay lang ba daw na may kasama si Krisha, papunta dito nag chat kasi sa akin okay lang ba sa inyo?" wika ni Crystal.

"Okay lang naman sa akin sa inyo ba guyss," said Analie.

"Okay lang din sa akin," Wika ni Thalia

"Sa akin din." Wika ni Jasmin

"At syempre sa akin din," said Laureen.

At ilang oras pa ay dumating na nga sila kasama nito ang tatlong pinsan niya at tatlong kaibigan ng pinsan niya. At dalawang childhood friend ni Krisha.

At pagbaba nila Krisha.

"Hi bestie kamusta ang biyahe nabusog ba kayo?" Birong tanong ni Analie.

"Hoy Bess sumosobra ka na huh?" wika ni Krisha.

"Di joke lang naman beshy ko," said Analie.

"Besh sino sino sila?" wika ni Jasmin.

"Maari mo ba silang ipakilala sa amin?" Sabi ni Thalia.

" Oo nga baka pwede." wika ni Laureen.

"Sige na besh sabihin mo sa kanila na maari namin malaman name nila." wika ni Crystal.

Nagtinginan lang ang mga kasama ni Krisha.

"Sige na nga ang kulit naman ninyo.Sabi ni Krisha.

"Hi mga beshy cakes, I will introduce my three cousins. First, we have Eleonor, Rachel, Erene, and best friend ng mga pinsan ko sina Amor, Jane at Karina, and also my two childhood friends, Shaira at Maxene." pagpapakilala ni Krisha.

"Nice to meet you guys." Wika ni Analie.

"Nice to meet you guys." Wika ni Jasmin

"I hope na maka vibes namin kayo." wika ni Thalia.

"I hope na maging kaibigan din namin kayo, said Laureen.

"And welcome to our house. Hali na kayo kumain na tayo. Ikaw besh Analie sasabay ka pa ba or pass muna?" wika ni Crystal.

"Kakain na lang ulit ako nakakahiya namang tumingin lang sa inyo tapos kayo kain lang ng kain diyan." wika ni Analie sa lahat.

Nagsitawanan lang sila at unti unti na nilang nakakausap ang mga pinsan at kaibigan ng pinsan ni Krisha. At makalipas ang tatlong oras ay inihatid ni Analie sina Krisha gamit ang puting Van nila na magkaibigan. Habang tumatagal ay sumasama na sila sa tuwing aalis at gagala sila sumasama na ang pinsan at mga kaibigan nito.

At pagkatapos ng piyesta ng kanilang baranggay, ay gumala muna sila sa isang court dito.

The Berkads Group chat

Jasmin

Guyss gala tayo manonood tayo ng basketball game sa court.

Thalia

Andoon ba idol natin?

Analie

Siguro mukhang nandoon yata yong crush ni Jasmin na magaling mag shoot ng tres.

Laureen

Hahha, hoy huwag naman ninyo akong agawan ano ba kayo.

Krisha

At sinong nagsabi sa iyo na inagawan ka ang tanong naging kayo ba or baka taken na yon magmumukha ka na lang niyan na kabet.

Crystal

Kabet! Uso pa ba yon eh lupa nga na may titulo na aagaw jowa pa kaya na hindi naman nila alam kong sila nga ba talaga sa huli.

Eleonor

Luh si ante umiigat na sino ba yong idol mo doom beshy Crystal.

Rachel

Siguro yong naka number thirty-three yong si manong baliko mag shoot.

Erene

Baliw! hindi yong naka jersey ng twenty-five yong palaging nakatulog kapag nasa court na.

Amor

Hahha di naman yon sa kanya eh yong naka number eight yong walang buhok.

Karina

Yong kalbo? di ba sabi nila kalbo masamang tao.

Jane

Alam ninyo napakaingay talaga ninyo tapos na ba kayo sa assignment?

Maxene

Maya na yan Jane, sobrang ginagalingan mo naman nang todo.

Shaira

Ganyan kasi kapag in love at motivated mag aral napaka sipag.

Jane Hoyy di aghh isang linggo na ngang tambak sa amin yong ibang assignment ko.

Maxene

Wehh di nga di talaga ako naniniwala kapag ganyan.

Shaira

Napagtulongan na ninyo si Jane, iiyak na ata siya.

CrystalSo ano guys gala pa ba tayo?

Jasmin

Tutuloy tayo wait maliligo muna ako.

Laureen

Ready na ako guys, kayo ready na ba kayo?

Analie

Ready na ako ilalabas ko lang yong service natin para isa isa ko kayong sundoin.

Eleonor

Wow, Hanep, may sarili na pala tayong Van napakagaling talaga natin saan mo ba ninakaw yan bess Analie?

Erene

Ako yong una mong susundoin, huh?

Analie

Hoy Grabe kayo sa akin mukha na ba talaga ako nitong magnanakaw eh halos tingin ninyo sa akin magnanakaw na.

Rachel

Parang ganoon na daw besh.

Tumahimik na nga ang kanilang group chat at nag paalam na sila sa kani kanilang mga magulang.At pinayagan naman sila para manood. Unang sinundo ni Analie si Crystal.

Agad namang pinaandar ni Analie ang puting Van at agad dumiretso sa direction ng bahay nila Crystal. At makalipas ang tatlong minuto ay nakaabot na ito.

"Tao... po! bess andito na ako." wika ni Analie Sa labas ng Bahay nina Crystal.

Agad namang pinuntahan ni Crystal ito sa may gate naka bihis na si Crystal at ready na itong lumabas kasama ang kanyang mga kaibigan. Naka red t-shirt at pantalon lang ang suot ni Analie. Habang ang suot naman ni Crystal ay ang polka dots na white dress at ang pang baba nito ay isang pantalon na kulay blue. Agad na umangkas si Crystal dahil marami pa ang susunduin nila.

At naging magkaibigan na nga silang labing apat. At ang sunod na kinuha niya ay si Laureen. Naghintay na pala si Laureen sa labas at ang damit na isininuot ni Laureen ay isang strips na crop top then white pants.

At agad na sumakay si Laureen sa white van na drive ni Analie. Sumunod nilang kinuha ay sina Jasmin at Thalia. At makalipas ang tatlong Oras ng kanilang pagmamaneho ay dumating na sila sa bahay nila Jasmin at Thalia.

Inihinto nila ang Van nila sa may malaking puno ng Acacia.

"Bess bakit dito mo pinarking yong Van, I'm scared," said Laureen.

"Ang arte mo alangan namang saan ko ipark eh nandito lang naman bahay nila Thalia at Jasmin," said Analie.

Chapter Two

Andito pa din sila sa may malaking puno ng Acacia. At sobrang ingay ni Laureen, at naiinip na si Laureen, at binuksan na niya ang bintana.

"Bess huwag mong buksan ang bintana sabi kasi nila kapag binuksan mo ang bintana mo kapag nagkotse ka tiyak na may consequence na haharapin mo." wika ni Analie sa kaibigan nito.

"Bess tinatakot mo ba ako or sadyang totoo talaga yang kwento mo?" Pagtatanong ni Laureen sa kaibigan nito.

"Depende sa iyo bess if maniniwala ka sa akin basta ako sinabihan na kita na magingat ka palagi dito at isa pa dapat huwag kang masyadong mag iingay," said Analie.

"Ah, okay, bakit antagal nina Jasmin at Thalia," said Crystal.

"Di ko rin alam bess eh chat mo nga sila," said Analie.

"Sige bess." wika ni Crystal.

At ilang sandali pa ng kanilang paghihintay ay dumating na sina Jasmin at Thalia.

"Hi mga beshy namin, sorry sa matagal na paghihintay huh matagal kasi ako natapos eh Kaya pasensya na kayo huh.".

"Pasenyahan ninyo na si Jasmin, huh?" wika ni Thalia.

"It's okay, ang importante tapos na kayong dalawa," said Analie.

At agad na pinaandar niya ang puting Van. Habang si Laureen ay nanginginig na sa takot. Dahil sa kwento ni Analie. Nakita ito ni Crystal sabay sabi na.

"Are you okay, bess? Bakit parang nangingig ka?" wika ni Crystal.

"I'm okay, bess, sadyang natakot lang talaga ako sa sinasabi ni Analie sa akin.

"Hahha, naniniwala ka doon? Eh, pambihira lang ang mga pamahiin na iyon, try mong tanungin sina Bess Jasmin at Thalia if totoo ba iyon." wika ni Crystal.

"Bess may tanong ako if okay lang sa inyo?" Totoo bang may nagpapakita doon sa malaking Acacia?"Pagtatanong ni Laureen kay Jasmin.

"Sa may Acacia? sa tapat ng aming bahay?" wika ni Jasmin.

"Oo bess." wika naman ni Laureen.

"Oum mamaya ko na lang eh kwento sa iyo bess kapag nandoon na tayo sa court."

"Okay, bess." wika ni Laureen

At ilang sandali pa ay kinuha na nila si Krisha, Eleonor, Rachel, Amor, Shaira, Jane, Maxene, Erene, and Karina.

"Guyss, paki chat nga ako sa GC if saan ko ba susundoin sina Krisha." Tanong ni Analie sa mga kaibigan nito.

At the GC

"Bess @Krisha, saan ba daw kayo susundoin ni @bess Analie?" pagtatanong ni Crystal.

"Bess sa may kanto lang andito na kami kanina pa kami naghihintay asan na ba kayo?" wika ni Krisha.

"Malapit na kami bess kunting kembot na lang nandyan na kami." wika ni Jasmin.

"Oo nga kunti na lang talaga." wika ni Thalia.

"Okay, bess maghihintay na lang kami dito," wika ni Krisha.

At binilisan ni Analie ang pagtakbo nang kanilang sasakyan.At ilang sandali pa ay nakarating na ito.Kumaway Sina Krisha at nakita nga ito ni Analie.At agad namang huminto ang Van na minamaneho ni Analie.Unang humakbang papasok si Krisha sumunod si Eleonor at Erene.Sunod sina Rachel, Jane, Karina.At huli sina Maxene, Shaira,Amor.

At ilang oras pa ang nakalipas ay nakarating na ito sa court.Saktong saktong ang kanilang pagdating dahil wala pang masyadong tao at di pa ito nagsisimula.Bumaba sila sa puting Van at agad na dumiretso sa may upuan ay oo magkatabi pa din silang labing apat.Magkatabi sina Jasmin at Thalia, Analie at Crystal, Laureen at Krisha, sina Shaira at Maxene si Erene at Amor, si Eleonor at Rachel saka si Jane at Karina. Sumisigaw sina Jane at Karina.Dahil andoon ang kanilang idol.Tamang tingin lang sina Jasmin at Thalia kasi ibang group ang kanilang idol.Habang sina Analie at Crystal ay focus lang sa laro.Habang sina Laureen at Krisha ay nag cellphone lang kasi wala din ang kanilang idol sa group na ito.Sina Eleonor at Rachel naman ay ganoon din.Sina Shaira at Maxene ay tahimik na lang sa may likuran.Habang sina Erene at Amor ay sobrang saya dahil may nakita silang pogi.

"Guys, sobrang worth it yong pagpunta natin dito." wika ni Erene.

"Oo nga sobrang andaming gwapo." Tugon ni Amor.

"Worth it, naman talaga yong punta natin eh," said Rachel.

"At sino naman nagsabi na dito, ito worth it." wika ni Thalia

"Wala naman ang sabi ng ganyan." wika ni Maxene.

Ahh, okay," said Wika"Ni Jasmin.

"Bess Laureen, ayos ka lang ba parang kanina ka pa namumutla at nanlalamig ahh,"said Crystal.

"Ayos lang ako bess medyo stress lang talaga ako," said Laureen.

"Andyan na ba mga idol ninyo?" Pagtatanong ni Karina.

"Sir, if nandyan lang siguro sila magiging maganda yong araw ko ngayon," wika ni Eleonor.

"Magiging maganda naman talaga bess if nandyan lang din yong taga supporta natin di ba?" wika ni Jane

"Nagugutom ako may dala ba kayong junkfoods," wika ni Shaira.

"Ito oh pag aalok ni Krisha ng mang Juan." wika ni Krisha.

Ibinigay din ni Analie yong iba pang pagkain.

"Bess ito, oh, baka want ninyo." wika ni Analie

At naka focus na ang kanilang mga paningin, noong nagsimula na ang kanilang mga paningin sa laro. Ilang beses nang sumisigaw sila dahil nakita na nila ang kanilang idols, at sobrang galing pa talaga nila kaysa sa ibang team na di masyadong mahalin pa pogi lang ang alam ng iba eh.

Sa kalagitnaan ng laro ay nauhaw si Laureen at agad na naghanap ng tubig ito.

"Guests, may tubig ba kayo?" wika ni Laureen sa mga kaibigan nito.

"Oo meron bakit? gusto mo bang uminom?" Pagtatanong ni Thalia.

"Oo sana if okay lang sa inyo," said Laureen.

At agad na binigyan nila si Laureen ng isang botelya ng mineral na tubig. At agad na binuksan ito ni Laureen saka uminom nang maraming tubig. Bakas pa din sa kanya ang panginginig about sa Acacia na ikinuwento ni Analie sa kanya.

Si Laureen lang ang tanging natakot dahil sina Crystal at iba pa nitong mga kasamahan ay nasanay na doon sa malaking puno ng Acacia. Subalit si Laureen ay tulala lang buong maghapon na nakatitig sa laro.

CHAPTER 2 - Paghihintay Nina Crystal Sa mga kaibigan Niya

Andito pa din Sila Sa may malaking puno Ng Acacia.At sobrang ingay ni Laureen at naiinip na si Laureen,at binuksan na niya ang bintana

"Bess huwag mong buksan ang bintana sabi kasi nila kapag binuksan mo ang bintana mo kapag nagkotse ka tiyak na may consequence na haharapin mo." wika ni Analie sa kaibigan nito.

"Bess tinatakot mo ba ako or sadyang totoo talaga yang kwento mo?" Pagtatanong ni Laureen sa kaibigan nito.

"Depende sa iyo bess if maniniwala ka sa akin basta ako sinabihan na kita na magingat ka palagi dito at isa pa dapat huwag kang masyadong mag iingay," said Analie.

"Ah, okay, bakit antagal nina Jasmin at Thalia," said Crystal.

"Di ko rin alam bess eh chat mo nga sila," said Analie.

"Sige bess." wika ni Crystal.

At ilang sandali pa ng kanilang paghihintay ay dumating na sina Jasmin at Thalia.

"Hi mga beshy namin, sorry sa matagal na paghihintay huh matagal kasi ako natapos eh Kaya pasensya na kayo huh.".

"Pasenyahan ninyo na si Jasmin, huh?" wika ni Thalia.

"It's okay, ang importante tapos na kayong dalawa," said Analie.

At agad na pinaandar niya ang puting Van. Habang si Laureen ay nanginginig na sa takot. Dahil sa kwento ni Analie. Nakita ito ni Crystal sabay sabi na.

"Are you okay, bess? Bakit parang nangingig ka?" wika ni Crystal.

"I'm okay, bess, sadyang natakot lang talaga ako sa sinasabi ni Analie sa akin.

"Hahha, naniniwala ka doon? Eh, pambihira lang ang mga pamahiin na iyon, try mong tanungin sina Bess Jasmin at Thalia if totoo ba iyon." wika ni Crystal.

"Bess may tanong ako if okay lang sa inyo?" Totoo bang may nagpapakita doon sa malaking Acacia?"Pagtatanong ni Laureen kay Jasmin.

"Sa may Acacia? sa tapat ng aming bahay?" wika ni Jasmin.

"Oo bess." wika naman ni Laureen.

"Oum mamaya ko na lang eh kwento sa iyo bess kapag nandoon na tayo sa court."

"Okay, bess." wika ni Laureen

At ilang sandali pa ay kinuha na nila si Krisha, Eleonor, Rachel, Amor, Shaira, Jane, Maxene, Erene, and Karina.

"Guyss, paki chat nga ako sa GC if saan ko ba susundoin sina Krisha." Tanong ni Analie sa mga kaibigan nito.

At the GC

"Bess @Krisha, saan ba daw kayo susundoin ni @bess Analie?" pagtatanong ni Crystal.

"Bess sa may kanto lang andito na kami kanina pa kami naghihintay asan na ba kayo?" wika ni Krisha.

"Malapit na kami bess kunting kembot na lang nandyan na kami." wika ni Jasmin.

"Oo nga kunti na lang talaga." wika ni Thalia.

"Okay, bess maghihintay na lang kami dito," wika ni Krisha.

At binilisan ni Analie ang pagtakbo nang kanilang sasakyan.At ilang sandali pa ay nakarating na ito.Kumaway Sina Krisha at nakita nga ito ni Analie.At agad namang huminto ang Van na minamaneho ni Analie.Unang humakbang papasok si Krisha sumunod si Eleonor at Erene.Sunod sina Rachel, Jane, Karina.At huli sina Maxene, Shaira,Amor.

At ilang oras pa ang nakalipas ay nakarating na ito sa court.Saktong saktong ang kanilang pagdating dahil wala pang masyadong tao at di pa ito nagsisimula.Bumaba sila sa puting Van at agad na dumiretso sa may upuan ay oo magkatabi pa din silang labing apat.Magkatabi sina Jasmin at Thalia, Analie at Crystal, Laureen at Krisha, sina Shaira at Maxene si Erene at Amor, si Eleonor at Rachel saka si Jane at Karina. Sumisigaw sina Jane at Karina.Dahil andoon ang kanilang idol.Tamang tingin lang sina Jasmin at Thalia kasi ibang group ang kanilang idol.Habang sina Analie at Crystal ay focus lang sa laro.Habang sina Laureen at Krisha ay nag cellphone lang kasi wala din ang kanilang idol sa group na ito.Sina Eleonor at Rachel naman ay ganoon din.Sina Shaira at Maxene ay tahimik na lang sa may likuran.Habang sina Erene at Amor ay sobrang saya dahil may nakita silang pogi.

"Guys, sobrang worth it yong pagpunta natin dito." wika ni Erene.

"Oo nga sobrang andaming gwapo." Tugon ni Amor.

"Worth it, naman talaga yong punta natin eh," said Rachel.

"At sino naman nagsabi na dito, ito worth it." wika ni Thalia

"Wala naman ang sabi ng ganyan." wika ni Maxene.

Ahh, okay," said Wika"Ni Jasmin.

"Bess Laureen, ayos ka lang ba parang kanina ka pa namumutla at nanlalamig ahh,"said Crystal.

"Ayos lang ako bess medyo stress lang talaga ako," said Laureen.

"Andyan na ba mga idol ninyo?" Pagtatanong ni Karina.

"Sir, if nandyan lang siguro sila magiging maganda yong araw ko ngayon," wika ni Eleonor.

"Magiging maganda naman talaga bess if nandyan lang din yong taga supporta natin di ba?" wika ni Jane

"Nagugutom ako may dala ba kayong junkfoods," wika ni Shaira.

"Ito oh pag aalok ni Krisha ng mang Juan." wika ni Krisha.

Ibinigay din ni Analie yong iba pang pagkain.

"Bess ito, oh, baka want ninyo." wika ni Analie

At naka focus na ang kanilang mga paningin, noong nagsimula na ang kanilang mga paningin sa laro. Ilang beses nang sumisigaw sila dahil nakita na nila ang kanilang idols, at sobrang galing pa talaga nila kaysa sa ibang team na di masyadong mahalin pa pogi lang ang alam ng iba eh.

Sa kalagitnaan ng laro ay nauhaw si Laureen at agad na naghanap ng tubig ito.

"Guests, may tubig ba kayo?" wika ni Laureen sa mga kaibigan nito.

"Oo meron bakit? gusto mo bang uminom?" Pagtatanong ni Thalia.

"Oo sana if okay lang sa inyo," said Laureen.

At agad na binigyan nila si Laureen ng isang botelya ng mineral na tubig. At agad na binuksan ito ni Laureen saka uminom nang maraming tubig. Bakas pa din sa kanya ang panginginig about sa Acacia na ikinuwento ni Analie sa kanya.

Si Laureen lang ang tanging natakot dahil sina Crystal at iba pa nitong mga kasamahan ay nasanay na doon sa malaking puno ng Acacia. Subalit si Laureen ay tulala lang buong maghapon na nakatitig sa laro.

Chapter 3 - Pagkwento ni Jasmin at Thalia Sa mga kaibigan

"Oo, sobrang worth it naman talaga." Wika ni Analie.

"Bess maari mo na bang ikwento yong about sa Acacia?" wika ni Laureen.

"Bess bakit curious ka talagang malaman ang tungkol sa Acacia na iyon?" wika ni Crystal.

"Siguro mag goghost hunter na siya." wika ni Erene.

"Hahha, nakakatawa baliw! Di kaya no." wika ni Laureen

"At kong hindi bess ba't interested ka?" wika ni Maxene.

"Hayaan na nga ninyo siya gusto lang niya malaman kong ano ang meron doon.".

"Galit ka na niyan bess." wika ni Jane

"Di naman medyo naawa lang ako kunti kay Laureen kasi pinagtulongan ninyo eh saka ayaw kong may ganyan eh lalo na sa ibang tao tapos ginaganyan kayo ako talaga makakalaban nila.".

"Naks ambait pa autograph ako mamaya bess." wika ni Karina.

"Sige tapos anong gusto mo yong with an eye bag or normal lang?" birong wika ni Shaira.

"Luh ampangit mo ka bonding, by the way, ituloy na ninyo yong kwento." wika ni Karina.

"Oo nga gusto ko din malaman if nakakatakot ba yong Acacia 'yon." wika ni Eleonor.

"Ako lang ba naka feel na yong mga balahibo ay tumatayo?" wika ni Krisha

"Haha, by the way, pumasok muna tayo saVan baka ma tripan pa tayo ng mga geng geng dito." wika ni Amor.

"Ayy oo nga no doon na lang namin eh kwento sa Van if okay lang sayo bess." wika ni Jasmine

"Di ba kayo natatakot doon?" pagtatanong ni Rachel.

"Natakot? oo minsan lalo na kapag late na kaming umuwi ni bess Thalia may experience na kami dyan kaya dinadaan lang namin sa ngiti kapag may nagtatanong tungkol diyan." wika ni Jasmin.

"Guests, naniniwala na kayo sa reincarnated?" seryosong tanong ni Thalia.

"Reincarnated?! ano yon 'yong bumalik ka sa nakaraan para mahanap mo lang 'yong true love mo task kalokohan." wika ni Crystal.

"Bess, look us hindi sa ganoon ang reincarnated." wika ni Thalia.

"Eh ano? mala fairy tale 'yong romansa?" wika ni Crystal.

Oo alam nila na di talaga naniniwala si Crystal sa pag-ibig.

"Bess, I know na di ka naniniwala sa love di ba? Ba't for this time, iba ito okay.".

"Bess paandarin muna kaya 'yong Van para mas maganda yong pagkwekwento natin.", wika ni Amor

"Nice idea, bessy ko sige continue ninyo lang yang kwento ninyo makikinig na lang ako habang magmamaneho," said Analie.

Laureen,Pumuwesto na sa front Crystal, Crystal kasama Analie. nalie. Magkadin pa din sina Maxene at Shaira, si Krisha at Laureen sa first seat, magkatabi naman sina Jasmin at Thalia, Erene at Amor, sa second seat, nasa last seat, Sina Eleonor, and Rachel, Jane at Karina.

At habang patuloy ito sa pagkukuwento.

"Sige bess ituloy na ninyo.".

"Sabi kasi nila tuwing alas sais ng umaga, alas dose ng tanghali, alas tres ng hapon at alas sais ng gabi meron daw nagpapakitang isang engkatado kong hindi engkantado isang engkantada na maganda at panget at isang Matanda.Pagkatapos kapag di mo sila tinulongan may masamang balik sa iyo. If maayos naman yong pagtulong mo ay ma reincarnated ka depende din sa sitwasyon na ibinigay sayo.".

"Bess seryoso kahit sa makalipas na taon may nagmamahalan pa din?" wika ni Crystal

"Oo" Oo parte kasi sa atin ang magmahal at mahalin teka kanina ko lang na pansin na allergic ka pala sa pag-ibig," said Thalia.

"Basta ako lang din ang nakakaalam kong bakit hate ko yong pag ibig na Yan bakit pa kayo maniniwala Sa pag ibig eh kong yan lang din Ang dahilan ng pagkadurog mo huwag ka na lang maniwala sa letsing pag ibig na Yan.".

"Wow, anlalim ng pinaghuhugutan, ahh, bakit bess nasaktan ka na ba?" wika ni Jane.

"Hayaan ninyo si Crystal na hindi maniwala sa pag-ibig okay kanya kanya naman tayo ng gusto at Hindi gusto," wika ni Shaira.

"Oo na your honor," birong wika ni Amor.

"Balik na nga tayo sa kwento," said Laureen.

"Di ba yon nga sinabi ko kapag di mo tinulongan yong mga engkanto masama ang balik Sa iyo pero tulongan mo Sila tiyak na marereincarnated ka. Ibig sabihin babalik ka Sa nakaraan to find your someone or correct someone's mistakes in their relationship," wika ni Thalia.

"Wala bang pang friendship diyan nakakaboring kasi pakinggan yong pag ibig na 'yan," said Crystal.

"Tapos ano ang sunod?" wika ni Laureen.

"Ano if ever na ma solve mo agad yong problema mo babalik ka na dito, wika ni Jasmin

"Paano kong di naniniwala sa pag-ibig possible ba na ma reincarnated din?" pagtatanong ni Crystal.

"Oo para doon ka matutong umibig at maniwala sa pag-ibig," said Jasmin.

"Ew nakakadiri nasusuka ako," said Crystal.

"Hoy! Bess grabe ka mukhang di mo naman nakikitang nagmamahalan yong parents," said Rachel.

"Serio, if nakita ko na nagmamahalan talaga sila ngayon or noon tiyak na naniwala na sana ako sa pag ibig," said Crystal.

"I'm sorry, bess di kasi namin alam na ganoon pala ka bigat yong nararamdaman mo ngayon." wika ni Krisha.

"It's okay, Krisha," said Crystal.

"Balik tayo sa kwento nagtatanong kayo ilan lang pwede makapasok doom." wika ni Thalia.

"Depende if kasali ka sa mission pero kong hindi magpapaiwan ka dito sa mundo natin." wika ni Jasmin.

"Gusto ko mareincarnate." Wika ni Amor.

"Siguro ka ba sa desisyon mo paano kong hindi ma ka alis doon dahil bumalik ka sa ka sa mundong iyong ginagalawan." wika ni Karina.

"If ever na may chance ka na ma reincarnated in Hindi,", wika ni Eleonor.

"Hanggang doon na lang iyon?" wika ni Maxene..

"Guys, matanong ko nga kayo ano bang nagagawa ng pag ibig?" wika ni Crystal.

"Maraming ngumingiti at minsan din napaiyak dahil lang Sa Pag ibig." wika ni Shaira.

"Di ako sure eh if pag naibigay mo na yong gusto mo diyan ka na kang iiwan Sa ere.".

"Seryoso na talaga kayo sa pag-ibig?" wika ni Crystal

Chapter 4 - Bitterness

Habang nakaupo pa din sila sa kanilang puting Van ay napag usapan pa din nila ang pag-ibig si Crystal ay todo argue about sa love.

"Bess kamusta relasyon." wika ni Maxene kay Shaira

At narinig ito ni Crystal

"Ako sa inyo huwag na kayong mag relasyon," said Crystal.

Napalingon silang lahat dahil sa ka bitterness ni Crystal.

"Bess, is that you bakit di ka ba na niniwala sa pag ibig?" wika ni Krisha.

"Yes, bess, I don't believe in love anymore because love gives us pain and the worst life." wika ni Crystal sa mga kaibigan.

Bumalot ng katahimikan ng sinabi ni Crystal na di daw ito naniniwala sa pag-ibig.

Agad na dinerekta ni Rachel ang kanyang paningin sa kaibigan nitong si Crystal.

"Bess sinubukan mo na bang umibig?" Tanong ni Rachel Sa kaibigan nito.

"Umibig?! Oo ilang beses na akong umibig pero palaging iniwaan at sinasaktan." wika ni Crystal

"Kaya pala Bitter ka kasi may past experience ka na." wika ni Jane

"Sirio ganyan siya dahil sa nakaraan na naranasan niya." wika ni Eleonor

"Pero hahayaan mo na lang na magalit Sa pag ibig!." wika ni Erene.

"Kahit anong subok kong magmahal di pa din para sa akin yong pag ibig na gustong matamasa," said Crystal.

Pilit na pinipigilan ni Crystal na tumulo ang kanyang luha mula sa dalawa nitong Mata.

Niyakap ni Analie ang kaibigan si Crystal.

"It's okay. I hope you're okay. I know it's hard to find someone to give you real love."

"Someday you believe in love." wika ni Thalia

"Yes, I hope you find it earlier or soon. Just keep loving yourself first before others."

"I don't know if I'm going to believe in love again because I give me pain and trauma; that's why naging bato na ako even my family don't love me." wika ni Crystal.

"I know that's hurtful. I hope you will recover soon. Just be happy and keep yourself healthy, okay?" Sabi nj Karina

"Bess smile, if you need love, we are here na kayang ibigay sa iyo ang pag ibig na gusto mo."

"Oo nga at isa pa wala naman sinasabing piliin mo palagi ang pag ibig," wika ni Shaira

"It's okay to not believe in love, Bess."

"Bago pa tayo mag iyakan, cheers to those we can't work with." wika ni Erene

"Cheers to the person that we loved before." wika ni Eleonor

"Cheers to someone na sinubukan tayong pakiligin pero di jinowa."

"Cheer to fake love na binigay ng mga exes natin." wika ni Karina

"Cheers to the person that we loved before and now is a stranger," said Krisha.

"Cheers to the person who gave me trauma and pain.,"" said Wika Ni Crystal.

"Cheers sa mga taong pinangakoan pero sinukuan." wika ni Laureen

"Cheers to the person na sinasabi laging nandyan sa tabi mo, pero noong panahon kailangan mo siya agad na nawala na."

"Cheers to the person na di talaga para sa atin." wika ni Shaira

"Cheers to the person na akala natin siya na talaga." wika ni Maxene

"Cheers to the person na kaibigan lang tingin sa atin." wika ni Analie

"Cheers to the person who broke our hearts first."

"Cheers to the person na unang nagpayak Sa again." wika ni Thalia.

"Cheer to the person na akala natin para sa atin para pala sa kaibigan natin."

"Oh, akala ko ba ako lang yong di na niniwala sa pag-ibig eh andami pala nang rants ninyo," said Crystal.

"Di ibig sabihin na marami kaming rants about love, di na kami na naniniwala sa pag ibig." wika ni Krisha.

"That's true." Wika ni Laureen

"Kahit ilang beses na kaming nasaktan patuloy at patuloy pa din kaming ibig.", wika ni Jasmin

"Oo sabi nga nila kahit sa kamatayan dapat magmahal ka pa din." wika ni Thalia

"Paano kong di talaga para sa atin yong pag ibig anong gagawin natin?" Pagtatanong ni Crystal sa mga kaibigan nito.

"Di porket di ka pinili at nasaktan ka na di na ibig ulit?" wika ni Eleonor.

"That's why ansarap kaya magmahal lalo na kapag yong taong mahal mo walang feelings sa iyo."

"What did you mean, umibig ka sa taong di ka naman kayang gustohin?" wika ni Karina

"Yep, that's exactly ang sakit no, pero kinaya ko at sobrang sakit naniwala pa din ako sa pag-ibig."

"So ibig sabihin kahit masaktan kayo okay lang na gigising kayo sa umaga ngingitian lang ninyo ang sakit kasi sa tingin ko iba iba tayo nang naranasan sa pag ibig kaya di ko din kayo masisi bakit kayo na niniwala Sa Pag ibig.".

"No bess kahit gaano pa man kami masaktan magmamahal at magmahal pa din kami." wika ni Rachel

"Kahit halos di na kami tanggapin ng taong gusto namin pinili pa din naming magmahal."

"Ako nga muntik ng taposin ang buhay dahil lang Sa pag ibig pero I don't try to not believe in love because pain is part of the love process. Kaya Ikaw huwag kang mawalan nang pag asang magpatalo.", wika ni Shaira

"Ako nga ilang beses akong maghabol sa mga taong di naman ako kayang piliin at mahal pero I stay believe in love baka sakaling pipiliin na ako balang araw."

"Ako kahit matandang na ako maniniwala pa din ako sa pag-ibig ansarap kaya magmahal yong pain na naranasan natin is part of the love and it is part of our growing up."

"Lead us to be mature, or in fact, love, and give us lessons on how to handle a serious and mature relationship."

Habang umaandar pa ang kanilang Van ay isa isa na itong bumaba papunta sa kanilang boarding house.Kahit anong sinasabi ng mga kaibigan ni Crystal si pa din ito naniniwala sa pag-ibig.

Chapter 5 - Hapag Kainan

Pagkatapos nilang manood ng basketball sa court at pagkatapos nilang mag kwento about sa Acacia at about sa love kumain naman sila sa hapag kaininan. Habang abalang abala sa pagluluto si Crystal at Analie sa kusina. Habang sina Jasmin at Thalia naman ay nasa sofa nanonood sila nang television at ang kanilang pinapanood ay k drama. Habang sina Maxene at Shaira ay naglulutong ng kainin at nagkwekwentuhan. Sina Eleonor at Erene naman ay nasa kwarto nila sa itaas nagkwekwentuhan ito tungkol sa kani kanilang mga manliligaw. Si Jane at Karina ay naglalaro ng online games na Mobile Legends. Sina Rachel at Amor ay nag Facebook lang ito. Naglilinis naman ng kwarto Sina Laureen at Krisha. At ilang Oras pa ang makalipas ay naluto na ang kaning saka naluto na din ang ulam.

Unang tinawag nila Maxene at Shaira ay sina Jasmin at Thalia.

Jasmin,tayo"Bess Jasmin hali ka na kakain na tayo." Sabay tapik ni Maxene Kay Jasmin

"Bess Thalia hali kana kakain na tayo." sabay hawak ni Shaira Sa braso ni Thalia.

"Okay, bess susunod na lang ako." Sagot naman ni Jasmin

"Ako din bess susunod na kami doon." wika ni Thalia.

kaibigan. At umalis na lang sina Maxene at Shaira agad na pumunta sa itaas para tumungo sa mga kwarto ng mga kaibigan. Kinatok ni Maxene ay kwarto nina Eleonor at Erene ang pinto nila ay nasa pang pito.

Binuksan naman ni Erene ang pinto ng kanilang kwarto.

"Yes? Bess anong sa atin." Mahinang wika ni Erene sabay hawak sa cellphone niya.

"Bess Erene kakain na daw tayo at handa na ang pagkain sa hapagkainan." Mahina sagot naman ni Maxene.

"Sige bess susunod na lang ako tataposin ko lang itong game na ito," said Erene.

"Ikaw bess Eleonor kakain na tayo sasabay ka na lang ba kay Erene?" wika ni Shaira.

"Sabay na lang kami ni Erene bess, thanks sa pagsabi huh, susunod na din kami." wika ni Eleonor

"Sige bess dito muna kami, huh?" wika nina Maxene at Shaira.

"Push mo bess patayin mo si Alucard. Eh ss mo." wika ni Jane kay Karina.

"Bess andito sa Lingkod ko tulongan mo ko baka mapatay ako ni Mia." wika naman ni Jane sa kaibigan.

Narinig ito nina Maxene at Shaira. Agad silang kumatok sa kwarto ng dalawa at nagtanong.

"Bess Jane di pa ba kayo kakain? Ready na yong pagkain sa hapag kainan kayo na lang hinihintay Doon?" wika ni Maxene.

"Sige bess tataposin muna namin yong last game," said Jane Kay Maxene.

"Ahh sige sige bess." Sagot ni Maxene.

"Ikaw bess Karina sasama ka na lang kay bess Jane para bumaba?" wika ni Shaira.

"Oo bess Shaira." wika nito.

Habang pinuntahan naman ni Maxene sina Rachel at Amor at si Shaira ay kina Krisha at Laureen. Nadatnan ni Maxene sina Rachel at Amor na sobrang kinilig dahil sa mga lalaking inistalk nito sa Facebook App.

Kinatok ni Maxene ang pinto nina Rachel at Amor.

"Bess tao po..." wika ni Maxene

Binuksan ni Amor ang pinto at agad niyang Nakita si Maxene.

"Yes, bess, anong sadyang natin dyan?" wika ni Amor.

"Kakainin na tayo bess handa na yong nga pagkain sa hapag kaininan." wika ni Maxene.

"Ahh, talaga sige susunod na lang ako." Wika ni Amor.

"Ikaw bess Rachel sasabay na lang ba kayo ni bess Amor m?" Pagtatanong ni Maxene sa kaibigan nitong si Rachel.

"Oo bess." Mahinang sagot ni Rachel.

Umalis na si Maxene sa kwarto nina Amor at Rachel. Habang si Shaira naman ay kausap naman niya ang dalawang arte ng grupo nila si Laureen at Krisha..

Kinatok ni Shaira ang pinto nina Krisha at Laureen.

Tok... Tok... Tok.... Tunog ng pinto sa pagkatok ni Shaira.

"Bess kakain na daw tayo kayo na lang yong hinihintay namin doon," wika ni Shaira

Unang lumabas ng kwarto si Krisha to check if sino yon.

Nakita ni Krisha si Shaira.

"Oh Bess Shaira, anong sadya mo dito may problema ka ba?" mahina pagtatanong ni Krisha.

"Nope, hindi andito ako para ipaalam sa inyo na kakain na tayo at handa na yong mga pagkain sa hapag kainan kayo na lang yong hinihintay ng grasya.".

"Ayy ganoon pa sige mamaya na lang kami pupunta susunod na lang kami sa iyo." wika ni Krisha.

"Ikaw Laureen?" tanong ni Shaira.

"Sasabay lang din ako sa kanya Shaira,"said Laureen.

Umalis na ang magkaibigan na Maxene at Shaira sa itaas. At dumiretso na agad ito sa hapag kainan, unang nakita nila doon ay ang magkaibigan na sina Jasmin at Thalia.

Hinintay nila ang iba pang mga kaibigan nila.

"Nasaan na sila ba't antagal?" Pagtatanong ni Analie.

"Busy sa kaka cellphone bess task parang nakalimot na sila sa pagkain." wika ni Maxene.

"Tawagan na lang natin sa GC para talagang pupunta na dito," said Crystal.

"Sige go bet ko yan." wika ni Shaira.

Group of Fourteen Cuties

Tinawagan ni Crystal ang group chat. Nagtakas sila bakit nag vibrate yong mga telepono nila. Agad silang pumunta sa messenger nila nakita nila ang pagtawag ni Crystal sa kanila.

"Hala bess kakain na pala tayo." wika ni Eleonor.

"Ayy oo nga," wika ni Erene.

Dali daling bumaba ang magkaibigan na sina Erene at Eleonor.

At ang magkaibigan na lang na hindi bumaba ay sina Rachel at Amor, Jane at Karina, and Krisha at Laureen. At unang bumaba sina Rachel at Amor. Sumunod naman sina Jane at Karina. At ang huling bumaba ay ang magkaibigan na sina Laureen at Krisha.

"Masarap ba yong laro ninyo?" wika ni Analie

"Mukhang nag enjoy kayo aghh." Birong wika ni Crystal.

"Alam ba ninyo kanina lang kami naghihintay dito?" wika ni Maxene.

"Tapos kayo binabagalan lang ninyo." wika ni Shaira.

"Mga bess pasensya na talaga kayo." wika ni Eleonor.

"Pasensya na talaga bess di kasi namin namalayan na kakain pa pala kami." wika ni Erene.

"Ako din bess pasensya na." Sabay Yuko na Sabi ni Karina.

"Pasensya na talaga di ko sinadyang di agad bumaba dito." wika ni Amor.

"Pasensyahan ninyo na ako," said Laureen.

"Pasensya na bess." wika ni Krisha.

At sama sama naman silang kumain sa hapag kaininan.

Chapter 6 - Paglaro ng Truth, or Dare

Pagkatapos nilang kumain ay agad na dumiretso sila sa may play ground nila sa third floor. Nagpaiwan si Maxene at Shaira para magligpit at maghugas ng Plato, Baso, Kutsara.

At ilang sandali pa ay natapos na itong magligpit at maghugas ng Plato, Baso, and Kutsara. At agad na tumungo sina Maxene at Shaira sa play ground nila.

Unang umakyat sa playground ay si Crystal at Analie para eh check nila if maayos pa ba at wala bang mga masamang insekto at iba pa. Unang hakbang pa lang nilang dalawa .... Na

nod na humakbang sina Jasmin at Thalia. Ikatlong group Naman Sina Laureen at Krisha. At Ika apat na mag kaibigan ay sina Eleonor at Erene. Habang sumunod sina Jane at Karina. Ika anim ay sina Amor at Rachel, and ang huli ay sina Maxene at Shaira. At sinira ni Maxene at Shaira ang pinto ng third floor.

"Bess bakit mo sinira baka hindi na tayo makalabas dito," said Analie.

"Hahha baliw di ko naman talaga ni lock."wika ni Maxene.

At dumiretso na ito sa kinaroroonan nina Crystal at Analie.

"Anong gagawin natin dito kakain?" wika ni Rachel.

* Kakanta malamang maglalaro kaya nga play ground di. ba." Pagpilosopong wika ni Amor

"Hahha galit ka ba Amor?!." Pagtatanong ni Rachel.

"Di naman nagbibiro lang naman ako aghh bakit ba." Wika ni Amor

sampoAmor. At ilang oras pa ay naglinis muna sila sa lugar na pnila.lAtan nila.At ilang minuto lang ang nakalipas ay natapomaglinis.nAtaglinis.At agad na pumuwesto si Crystal at Analie sa may unahan sumu Jasmin si Jasmin at Thalia sal ikatlo at Iupuan. na upuan. Sa Ika Limang at Ika anim ay SinaLaureen. Ikaaureen.Ika pito at Ika walo naman sina EleonErene. Erene Ika siyam at Ika sampo ay sina Rachel at Amor. At Ika labing isa at labing dalawa naman sina Jane at Karina.At last naman sina Maxene at Shaira

"Welcome girls to our game. This game is called Truth or Dare. The mechanics of this game are: may isang botelya Sa gitna at kong sino man ang mapili na dalawa ay siya. Ang taga tanong at isa naman ay ang taga sagot. Gets na ba ninyo mga sisters ko?".

"Yes po." wika ni Erene.

"I'm ready." Wika ni Eleonor

"Me too." wika ni Krisha

"Me too, sissy," said Laureen.

"Go ahead, sissy." Wika ni Jane

"Yes, Sissy, igalaw na yan." Wika ni Karina

"Saan na ang baso?" wika ni Jasmin

"Mag start na ba?" wika ni Thalia.

"Yes, sis." Wika ni Analie

"Hmm..." wika ni Rachel

"Let's do the game, sissy." Sabi Ni Maxene

"Me too excited na din ako eh." Sabi ni Shaira

"I'm super excited." Wika ni Amor

At ilang oras pa ang nakalipas ay nagsimula na ito.

"Guys, the game is started." wika ni Crystal

Unang napili sa laro ay sina Amor at Rachel. Si Amor ang magtatanong at si Rachel ang sasagot.

"Let's go." Wika ni Amor

"Okay." Wika ni Rachel

"Rachel, when was the last time you lied?" Pagtatanong ni Amor

"When was the last time I lied? When I was six years old." sagot ni Rachel.

"Next pair, Analie and Krisha. "Wika ni Crystal

"My question is, What's the worst thing you've ever done at work?" wika ni Analie kay Krisha

"The worst thing I did at work was when I was three years old. Noong inutusan ako ni Mama bumili sa tindahan ang ginawa ko ay pumunta sa kapit bahay at nakipag laro sa mga kabataan doon."

"Next pair Maxene and Erene. si Maxene ang magtatanong at si Erene ang sasagot," wika ni Crystal.

"My question is, When was the last time you cried?" wika ni Maxene Kay Erene

"Noong nakipa break Sa akin last boyfriend ko." wika ni Maxene.

"The next pair is Jasmin and Laureen. Si Jasmin ang magtanong, si Laureen ang sasagot.

"My question is, What's your biggest fear?" Wika ni Jasmin

"Ang biggest fear ko is mawala parents ko," said Laureen.

"The next pair is Jane and Thalia. Si Jane ang magtatanong at si Thalia sasagot.

"What's your biggest fantasy?" Wika ni Jane

"My biggest fantasy is magkaroon ng kapangyarihan." wika ni Thalia.

"Next pair, Karina and Eleonor. Magtatanong ay si Karina and Eleonor ang magsasagot.

"Do you have any fetishes?" Wika ni Karina

"Nope," said Wika Ni Eleoner.

"Next pair ay dina ako at Shaira. Ang magtatanong ay ako at sasagot si Shaira."

"Who's the last person you searched on Instagram?" Tanong ni Crystal

"Oum Siguro last ex ko." wika ni Shaira

"Seryoso Shai ex mo talaga pwede mo namang idol." wika ni Crystal

Next is si Shaira yong magtatanong at si Amor ang sasagot.

"If you could be invisible for a day, what's the first thing you would do?" Tanong ni Shaira

"Gumagala" wika ni Amor

Next, Eleonor ang magtatanong, and Analie ang sasagot.

"What's the biggest secret you've kept from your parents? Wika ni Eleoner

"Being bullied." wika ni Analie

Next, si Thalia ang magtatanong, at si Maxene ang sasagot."

"What's the most embarrassing music you listen to?" Wika ni Thalia

"Kung ako na lang." Wika ni Maxene

Next, si Jasmin ang magtatanong, and si Erene ang sasagot.

"What's one thing you love most about yourself?"

"Being genuine po." wika ni Erene

The next pair is Jane and Krisha.

"Who is your secret crush?" Tanong ni Jane

"Si James." sagot ni Krisha

Next is Rachel, ang magtatanong, and Crystal, ang sasagot.

"Who is your first love?" Pagtatanong ni Rachel

"Talaga seryoso? Ito kasi dahilan bakit ako nawalan nang tiwala sa pag-ibig. I know I move on, but I don't know why I hate love." Sagot ni Crystal

The next pair is Karina ang magtatanong at si Thalia Sasagot.

"Who is your first kiss?" Wika ni Karina

"My Mother." Sagot ni Thalia

Chapter 7 - The first day of school

Ulam At makalipas ang tatlong buwan ay nagsimu ang ang kanilang upasukan. an. At senior school,chool na nga Sila ngayon geleven,leven unang gumising si Crystal para maligo at magluto ng ulam para sa kanyang mga kaibigan at para sa sarili nito. Ilang oras din ang makalipas ay sumunod din gumising si Analie. Para tulongan ang kanyang kaibigan na si Crystal. At ilang oras din ang makalipas ay tapos na maligo si Crystal at nag bihis na ito at ilang sandali pa ay tapos na itong mag bihis agad Naman itong dumiretso sa kusina.Kinuha niya ang kawali para magsimula nang magluto. Nadatanan ni Analie si Crystal na naghahanda para sa uulamin nila. Bago maligo si Analie ay tinulongan muna niya ang kanyang kaibigan na si Crystal.

Krisha. At ilang sandali pa ay nag desisyon munang maligo si Analie at d namano namanbanyo. banyo. At makalipas anminuto minuto sumunod na gumising si Jasmin at Ika Thalia.Pangia.Pang Limang gumising si Laureen, Ika anim si Krisha . Ika pito si Eleonor, and Ika walo si Erene. Ika siyam si Karina pang sampo si Jane. Pang labing isa si Amor. At labing dalawa si Rachel. Pang labing tatlo si Maxene at huli si Shaira.

ito. Tapos na maligo si Analie at dumiretso na si Jasmin at isang oras ang makalipas tapos nJasmin.Atn.At agad na sumunoThalia.IsangIsang din din ang makalipas tapos na si Thalimaligo.Sumunodmunod si Laureen. At isang oras din ang lumipas ay tapos na ito. Sumunod na si Krisha at isang Oras din Ang nakalipas sumunod si Eleonor. At si Erene ang sumunod kay Eleonor. At sumunod ay si Amor at Rachel. Sunod sina Jane at Karina. Huli sina Maxene at Shaira.

Pagkatapos nilang maligo at magbihis ay naluto na din ang kanilang ulam at kanin na si Crystal at Analie lang ang magluto. Sabay sabay silang kumain sa hapag kainan at napag usapan nila ang tungkol sa mga posibleng maging ganap nila ngayon.

"Mga sister, ano sa tingin ninyo ang mangyayari ngayon?" wika ni Amor

"Siguro mag introduce yourself lang tayo ngayon." wika ni Karina

"Oo nga, by the way, mga Sister anong strand kinuha ninyo?" wika ni Jane

"Ako Stem kinuha ko sa inyo ba?" wika ni Eleonor

"Ako ano Abm." wika ni Erene.

"Ako naman Humss." wika ni Maxene

"Ako is Gas." wika ni Shaira

"Humss ako, said Jasmin.

"Same here." Wika ni Thalia

"Stem ako." Wika ni Laureen

"Abm." Wika ni Krisha

"Gas ako." Wika ni Crystal.

"Ako din." Wika ni Analie

"Abm ako." Wika ni Amor.

"Tvl ako," wika ni Rachel.

"TVL din ako." wika ni Karina.

"Stem din ako." Sabi ni Jane

Sina Eleonor, Jane, Lauren Sa Humss ay sina Jasmin, Thalia Maxene. At ang Abm ay sina Erene, Amor, Khrisha. Ang Gas ay sina Crystal, Analie at Shaira. Ang TVL ay sina Rachel at Karina.

At tapos na nga itong kumain at dumiretso na ito sa kanilang sariling Van. Ang pwesto nang kanilang upuan ay yong by ranking nila: una si Crystal; second si Analie; third si Jasmin; fourth si Thalia. Fifth si Laureen. Six si Krisha. Seven si Eleonor. Eight si Erene. Nine si Maxene. Ten si Shaira. Eleven si Amor at twelve si Rachel. Ika Thirteen si Jane at huli si Karina. At ilang sandali pa ay pinaandar na nga nila ang kanilang Puting Van.

At makalipas ang isang oras ay nakaabot na ito sa paaralan nila. Tahimik at sabay sabay silang Lumakad papunta sa loob ng bulletin board. Hinananap nila ang kanilang section. At magkaklase ang magkapareho nang strands. At may Isang babae ang tinulongan nila na mahanap section niya.

Si Charry ay nalilito dahil di niya alam kong anong strand at section niya nilapitan siya ni Crystal.

"Are you okay? May problema ka ba at yang kasama mo?" wika ni Crystal.

Oo, may kasama pa si Charry ang nag-iisang kaibigan niyang si Alexa. Nagulat si Charry at Alexa dahil lumapit bigla si Crystal sa kanila.

"Ano kasi eh di namin alam kong anong strand kami na enroll at di din namin alam saan ang bulletin board dito."

"Hali kayo dito ituturo ko sa inyo saan yong bulletin board. At sabihin lang ninyo name at last name ninyo para mahanap ko." wika ni Crystal.

"Ako si Charry Samonte at itong Kaibigan ko si Alexa Navarro." wika ni Charry.

"Sige maghintay muna kayo diyan at sasabihin ko yong Anong Strand ninyo." At ilang sandali pa ay nahanap na ni Crystal.

"Magkaklase kayo sa strand na Art and Design," wika ni Crystal.

" Hala thank you Art and Design pala tayo bess thank you talaga." wika ni Charry

"Ano name mo at mga kaibigan mo maari ba din ba namin kayong maging kaibigan?" wika ni Alexa.

"Ako si Crystal ito ang mga kaibigan ko na sina Analie, Thalia, Jasmin, Eleonor, Erene, Karina, Jane, Rachel,

Amor, Maxene at Shaira, Laureen at Krisha." Sabi ni Crystal.

"Nice meeting you all, guys. By the way, may dalawa kami na kaibigan kaso mamaya pa Sila darating, pero ipakilala ko muna siya sa inyo si Ashley at Layla."

At magkasabay silang lahat na umalis at ilang oras ang nakalipas ng kanilang paglalakad ay hiwa hiwalay na sila pagdating sa classroom nila.

At tahimik ang kani kanilang classroom. At ilang sandali pa ay may isang guro ang pumasok sa loob ng kanilang classroom.

Stem Classrooms.

" Good morning everyone my name is Shirley Gaubicos I am thirty seven years old and I am your Class adviser."

At nag introduce na nga ang studyante ng Stem.

Unang nagpakilala si Eleonor

" Good morning class good morning Ma'am my name is Eleonor Buenavista I am sixteen years old also known as Leonor for short."

" Good morning my name is Jane Hillario I am sixteen years old also known as Jane for short."

" Good morning my name is Laureen Saavedra I am sixteen years old also known as Laureen for short."

At nagpatuloy pa ito.

Chapter 8 - Strands

"Good morning, guys. My name is Robert Clarkman, also known as Rob for short."

"Good morning guys, my name is Echo Robles, also known as Echo.l for short.

"Good morning, everyone. My name is Calix Buenaventura, also known as Calix for short."

Introduce yourself

Humss Strand

"Good morning students, I am Sir Leofer Bagatsing. I am forty-four years old. I am your adviser. At kayo naman ang mag introduce para mas makilala ko muna kayo.".

"Good morning, everyone. My name is Jasmin Corpuz, I am sixteen years old, also known as Jasmin for short."

"Good morning everyone, my name is Thalia Marfori. I am sixteen years old, also known as Thalia for short."

"Good morning everyone, my name is Maxene Hermosa. I am sixteen years old, also known as Max for short."

"Good morning everyone, my name is Jestoni Melendres. I am sixteen years old, also known as Jestoni for short."

"Good morning everyone, my name is Kristian Marco. I am sixteen years old, also known as Kris for short."

"Good morning everyone, my name is Ashley Ramirez. I am sixteen years old, also known as Ash for short."

Introduce yourself to Abm Strand.

"Good morning everyone, my name is Erene Roque. I am sixteen years old, also known as Erene for short."

"Good morning everyone, my name is Amor Dela Merced. I am sixteen years old, also known as Amor for short."

"Good morning everyone, my name is Krisha Velarde. I am sixteen years old, also known as Krisha for short."

"Good morning everyone, my name is Sebastian Lucero. I am sixteen years old, also known as Seb for short."

"Good morning everyone, my name is Timothy Saavedra. I am sixteen years old, also known as Tim for short."

"Good morning everyone my name is Kim Mendiola. I am sixteen years old, also known as Kim for short."

Introduce of Gas Strand

"Good morning everyone, my name is Crystal Miranduque, and I am sixteen years old, also known as Tala for short."

"Good morning everyone my name is Analie Amalie. I am sixteen years old, also known as Ana."

"Good morning everyone, my name is Shaira Macapagal. I am sixteen years old, also known as Shaira for short.

"Good morning everyone, my name is Benjamin Castro. I am sixteen, also known as Buwan for short."

"Good morning everyone, my name is James Legarda. I am sixteen years old, also known as James for short."

"Good." Good morning everyone, my name is Derrick Alonzo I am sixteen years old, also known as Derrick for short."

Introduce TVL (cookery)

"Good morning everyone, my name is Rachel Buencamino. I am sixteen years old, also known as Rachel for Zhi.

Short."

"Good morning everyone, my name is Karina Quiambao. I am sixteen years old, also known. as Karina for short."

"Good morning everyone, my name is Jessica Ong. I am sixteen years old, also known as Jessy for short."

"Good morning everyone, my name is Harold Quiamco. I am sixteen years old, also known as Harold for short."

"Good morning everyone, my name is Vincent Sandejas. I am sixteen years old, also known as Vince for short."

"Good morning everyone, my name is Rico Eschabez. I am sixteen years old, also known as S Rico for short."

Introduction to Arts and Design

"Good morning everyone, my name is Charry Samonte. I am sixteen years old, also known as Charry for short."

"Good morning everyone, my name is Alexa Navarro. I am sixteen years old, also known as Alexa for short."

"Good morning everyone, my name is Divine Garcia. I am sixteen years old, also known as Divine for short."

"Good morning everyone, my name is Rhenz Roqueza. I am sixteen years old, also known as Rhenz for short."

"Good morning everyone, my name is Dexter Rañeses. I am sixteen years old, also known as Dexter for short.

"Good morning everyone, my name is Rex Martinez. I am sixteen years old, also known as Rex for short."

Introduce TVL (Smaw)

"Good morning everyone, my name is Cheska Milabat. I am sixteen years old, also known as Cheska for short."

"Good morning everyone, my name is Marielle Jalandoni. I am sixteen years old, also known as Mariel for short."

"Good morning everyone, my name is Euricha Montes. I am sixteen years old, also known as Euri for short."

"Good morning everyone, my name is Felix Fujiwara. I am sixteen years old, also known as Felix for short."

"Good morning everyone. My name is Hance Dominggo. I am sixteen years old, also known as Hance."

"Good morning, everyone. My name is Patrick Dominguez. I am sixteen years old, also known as Patrick for short."

Introduce TVL ICt

"Good morning everyone, my name is Queen Rosales. I am sixteen years old, also known as Queen for short."

"Good morning everyone, my name is Vanessa Guzon. I am sixteen years old, also known as Vanessa for short."

"Good morning everyone, my name is Blaire Hanamitchi. I am sixteen years old, also known as Blaire for short."

"Good morning everyone, my name is Alexis Fortez. I am sixteen years old, also known as Alex for short."

"Good morning everyone, my name is Dave Roxas. I am sixteen years old, also known as Dave for short."

"Good morning everyone, my name is Marco Villar. I am sixteen years old, also known as Marco for short."

Introduce of ICt Agri Fishery

"Good morning everyone, my name is Cassy Montajos. I am sixteen years old, also known as Cassy for short.

"Good morning everyone, my name is Valerie Quinto. I am sixteen years old, also known as Valerie for short."

"Good morning everyone, my name is Celine Mendoza. I am sixteen years old, also known as Celine for short."

"Good morning everyone, my name is Elle Florentino. I am sixteen years old, also known as Ellie for short."

"Good morning everyone, my name is Clark Romanez. I am sixteen years old, also known as Clark for short."

"Good morning everyone, my name is Kevin Lopez. I am sixteen years old, also known as Kevin for short."

Chapter 9 Graduation

At makalipas ang Isang taon at walong buwan graduation of Senior High school.

At Ang principal nila ay umakyat na sa Entablado at simula na itong magsalita.

" Good morning ladies and gentlemens to the parents, students, teachers and staffs of this University thank you for assisting this fellow graduate I glad to announce that you are graduates."

Miranduque, Crystal

With High Honors

General Academic Strand (GAS)

Castro, Benjamin

With High Honors

General Academic Strand (Gas)

Eleonor Buenavista

Science Technology Engineering Mathematics - Medical (Stem -A)

With Honors

Jasmin Corpuz
With Honors
Humanities and Social Sciences (Humss)

Erene Roque
With Honors
Accounting and Business Management (Abm)

Rachel Buencamino
With Honors
 Technical-Vocational-Livelihood(TVL- A Cookery)

Charry Samonte
With Honors
(Arts and Design)

Cheska Milabat
With Honors
Technical-Vocational-Livelihood-
(TvL - B Smaw)
Queen Rosales
With Honors

Technical-Vocational-Livelihood-
(TvL -C Ict)

Hailey Guzon
With Honors
Science Technology Engineering Mathematics -
(Stem B -Engineering)

Cassy Montajos
With Honors   Technical-Vocational-Livelihood (TvL - D Agri fishery).

Robert Clarkman
With Honors Science Technology Engineering Mathematics (Stem A) Medical

Jane Hillario

With Honors
Science Technology Engineering Mathematics - Stem A - Medical

Laureen Saavedra

With Honors
Stem A -Medical

Echo Robles
With Honors
Stem A -Medical

Calix Buenaventura
With Honors
Stem A -Medical

Jestoni Melendres
With Honors
Humss

Thalia Marfori
With Honors
Humss

Kristian Marco
With Honors
Humss

Maxene Hermosa
With Honors

Humss
Ashley Ramirez
With Honors - Humss

Sebastian Lacero with Honors- Abm
Amor Dela Merced with Honors- Abm
Timothy Saavedra with Honors- Abm
Krisha Velarde with Honors -Abm
Kim Mendiola with Honors -Abm
Analie Amalie with Honors- Gas
Shaira Macapagal with Honors- Gas
James Ligarda with Honors- Gas
Derrick Alonzo with Honors- Gas
Karina Quiambao with Honors- TvL A Cookery
Jessica Ong with Honors -TVL A Cookery
Harold Quiamco with Honors- TvL A Cookery
Vincent Sandejas with Honors TVL A Cookery
Rico Eschalvez TvL A Cookery
Rhenz Roqueza Arts and Design
Alexa Navarro Arts and Design

Dexter Rañeses arts and design
Divine Garcia arts and design
Rex Martinez arts and Design
Felix Fujiwara TVL - B (Smaw)
Marielle Jalindon TvL- B (Smaw)
Hance Dominggo TVL -B (Smaw)
Euricha Montes TvL -B (Smaw)
Patrick Dominguez TvL -B(Smaw)
Alexis Fortez TVL - C (ICt)
Vanessa Guzon TVL -C(ICt)
Blaire Hanamitchi TVL -C (ICt)
Dave Roxas Tvl- C (ICt)
Marco Villar TvL -C (ICt)
Elle Florentino TVL D Agri Fishery)
Valerie Quinto (Tvl - D Agri Fishery)
Clark Romañez (TVL - D Agri Fishery)
Celine Mendoza (TVL - D Agri Fishery)
Kevin Lopez (TvL - D agri Fishery)
Ken Charvent (Stem B Engineering)
Belle Cruz(Stem B Engineering)
Lawrence Horrison (Stem B Engineering)
Aria Trovillas (Stem B Engineering)
Kervint Holiday (Stem B Engineering)

Chapter 10 - First Talk of Benjamin and Crystal

Naglalakad si Crystal papuntang canteen dahil bibili ito ng burger, pizza, pizza at spaghetti, Saka ice cream, and juice. Habang si Benjamin ay nagtitinda sa canteen.

Si Benjamin ay Isang working student dito lang sa School nila.Sana'y na Ang mga kapwa nito studyante na nakikita nila si Benjamin na nagtratrabaho dito sa canteen.Ngunit si Crystal ay nagulat dahil first time lang Niya ito Nakita na nagtratrabaho Sa canteen.At ilang sandali pa ay nakarating na si Crystal sa canteen.

"Benjamin! Totoo nag tratrabaho ka dito?" pagtatakang tanong ni Crystal.

"Oo bakit may problema ka ba na dito Ako nagtratrabaho?" wika ni Benjamin

"Wala naman nagulat lang Ako Kasi dito lang Tayo magkikita at di ba kaklase kita?" wika ni Crystal

"Oo noon yon nong senior high school Tayo ngayong college Hindi nag dahil iba na yong kurso na tinuloy ko." wika ni Benjamin.

"Seryoso di talaga Ako makapaniwala na after graduation makikita pa Tayo." wika ni Crystal.

"Luh! Crush mo na Ako niyan." Birong wika ni Benjamin.

"Hindi aghh di kaya Ako naniniwala sa pag ibig! Kasi ang pag ibig nakakamatay at nakakabaliw." wika ni Crystal

"Ako di Ako naniniwala sa tadhana share ko lang." wika ni Benjamin

"Eh bakit di ka Naman naniniwala sa tadhana?" wika ni Crystal

"Kasi di ba Sabi nila kapag mag jowa Tadhana ang nagpapalapit o nagpapatagpo yong paniniwala ko Naman is Tayo ang gumagawa ng ating Tadhana."

"Tama ka Naman diyan pero bakit ganoon Sa tuwing may lumalapit Sa akin na lalaki tingin agad nila boyfriend ko na," said Crystal.

"Ewan ano nga Pala order mo?" wika ni Benjamin

"Ano Isang spaghetti, burger, pizza, juice, ice cream magkano ba lahat?" wika ni Crystal.

"Five hundred pesos po ano nga ulit name mo?" wika ni Benjamin

"Crystal" Crystal Miranduque, you can call me Tala for short, Ikaw?" wika ni Crystal

"Benjamin Castro, you can call me Benj." Wika ni Benjamin

"Okay." Wika ni Crystal

"Hintayin mo na lang yong order mo for three minutes, eh, prepare ko lang huh?" wika ni Benjamin.

Okay, Benj," said Wika"Ni Crystal.

Ngumiti lang si Benjamin habang si Crystal ay pumuwesto Kasama mga kaibigan Niya.

"Bess sino yon?" wika ni Analie.

"Secret bakit ba?" wika ni Crystal

"Sirio admirer na Niya." Sabi ni Jasmin

"Oo nga ba't ayaw mo ipagsabi." Sabi ni Thalia

"Siguro naniwala na siya na may pag ibig talaga." birong bigkas ni Krisha

"Kong sapakin Kaya kita Dyan Krisha para matauhan ka na." wika ni Crystal

"Aminin umiibig ka na." wika ni Laureen.

"Hahha mga baliw talaga kayo." wika ni Rachel

"Oo nga." Wika ni Jane

"Pero Bess sino Pala yon curious lang kaming malaman." wika ni Eleonor

"Ka ano ano mo na siya?" Wika ni Erene

"Kayo na ba?" Wika ni Maxene

"May pag ASA ba Siya Sa iyo?" wika ni Shaira

"Pagbigyan mo na kasi sayang Naman nag effort na siya sa iyo, oh, tapos pakakawalan mo lang."

"Oo nga Bess ba't di mo Siya pagbigyan eh bagay Naman kayo?" wika ni Amor.

"Siguro sa Tamang panahon na lang Sila magkikita." wika ni Analie

"Sana all may Tamang panahon." wika ni Jasmin

"Tayo kailan Kaya Tayo makakahanap ng matinong lalaki na alagaan talaga Tayo." wika ni Thalia

"Oo nga kailan Kaya Siguro kapag matanda na Tayo diyan na Tayo alagaan." wika ni Maxene

"Grabe Naman kayo sa matanda pwede Naman ngayon pag aaral Saka landi." wika ni Shaira

"Pwede din yon di ba Wala namang mawawala Sa atin kapag subukan lang nating umibig."

"Wala Naman talagang mawawala." Wika ni Amor

"Dapat nga magtiwala Tayo Sa Pag ibig dahil Yan Ang Isa sa binigay Sa atin ng panginoon Ang kakayahang umibig." wika ni Eleonor.

"Di ka ba na boboringan Bess na Wala Kang nararamdaman Sa dibdib mo?" wika ni Erene

"Oo nga baka kasi ayaw mo lang sabihin Sa buong mundo na gustong gusto mo na palang umibig tapos Wala pa ngayong dumating."

"Ba't di ka na kasi maghanap at maniwala sa pag-ibig?" wika ni Laureen.

"Oo nga sarap kayang umibig Bess tapos masarap din mahalin no." wika ni Rachel

"Pero di din natin pilitin si Bess Crystal Kong di Niya talaga kayang umibig marami kasing mga taong ganyan yong alam mo yon yong kahit lalaki na lumapit Sa iyo Ikaw pa yong aayaw.".

Chapter 11 - In the Restaurant

At ilang sandali pa ay inihatid na ni Benjamin yong order ni Crystal Kasama order ng mga kaibigan nito.

"Hi ito na Pala order mo, I hope you enjoy eating Tala." wika ni Benjamin sabay ngiti at Isa Isa na niyang inilapag yong mga order ng mga kaibigan ni Crystal Bago inilapag Niya yong order ni Crystal.

Nagkahawakan Sila nang kamag, pero di pa din naramdaman ni Crystal, ang kiligin dahil Wala talaga sa kanya yong kilig.

"Just call my name if you want to order more. Have a nice day and enjoy the foods." wika ni Benjamin papalis na Sa harapan Nina Crystal.

"O my gosh! ampogi ba't di mo na lang sagutin Bess sobrang Gwapo." Tumiling Sabi ni Analie

"Shunga di Sila pwede noon mukhang may girlfriend na ata yong boy," Wika ni Eleonor

"Wehh di Ako na niniwala baka single pa Yan." birong wika ni Erene.

"Oo nga what if kayo talaga yong para Sa Isa't Isa." wika ni Maxene

"What if Siya talaga yong para Sa iyo tapos Nakapa Arte mo lang?" wika ni Shaira

"Paano Ako maniniwala eh di nga Ako naniwala sa pag-ibig," said Crystal.

"Kong di ka niniwala Sa Pag ibig, ibig sabihin di mo din pinapaniwalaan si Lord?" wika ni Krisha.

"Naniwala Naman Ako Sa diyos Sa pag ibig lang Naman Ako di naniniwala aghh." wika ni Crystal.

"Di ka ba napapagod mag Isa at walang nagpapakilig Sa iyo?" wika ni Laureen

"Di Naman Ang saya kaya maging single bakit Ikaw ba naranasan mo na bang umibig?" wika ni Crystal

"Hmm, depends if Mahal namin Ang Isa't Isa." wika ni Jane

"Talaga ba?" wika ni Amor.

Chapter 12 - pag uusap nina Analie Amalie and James Legarda

Nakaupo lang si James Sa upuan Sa loob ng classroom nila habang si Analie Naman ay Tamang tingin lang Kay James Sa may gilid Niya. Habang naguusap Sina Analie at mga kaibigan nito. Agad na napansin Nina Crystal, Jane, Karina, Rachel, Eleonor, Erene, Amor, Maxene, Shaira, Lauren, Krisha, Jasmin, and Thalia.

"Bess nagtaka lang Ako bakit titig na titig ka Kay James gusto mo ba Siya?" wika ni Crystal.

"Oo nga kanina ko pa Siya nahahalata na parang kanina pa ito tingin ng tingin Kay James."

"Hala Akala ko ba Naman na Ako lang nakakahalata kayo din Pala." wika ni Eleonor.

"Oo naman, Ako pa." Wika ni Erene

"Bess nakikinig ka ba Sa amin parang di ka naman ata nakikinig ahh." wika ni Krisha

"Sana all kinikilig paano Naman kaming umiibig patago," said Laureen.

"Tama na yang titig mo Bess baka matunaw si James." wika ni Maxene

"Ganyan Pala makatitig kapag in love ka no grabe." wika ni Shaira

"Tayo kailan Kaya Tayo makakahanap ng nobyo?" wika ni Amor

"Bess mukhang nakatitig din Siya Sa iyo." wika ni Karina

"Yong buhok Niya baka natapakan na ninyo." Wika ni Jasmin

"Naks Sana all Po may tinititigan paano Naman Ako paano Tayo." Wika ni Rachel

"Huwag ka na nang mag-emote diyan meron din Tayo." Wika ni Thalia

"Tumigil nga kayo porket ba titigan crush na agad." Wika ni Analie

"Bess, what if lapitan mo para may kunting conversation naman kayo?" wika ni Crystal.

"Ayy aba naniniwala ka na ba Sa Pag ibig?" wika ni Analie

"Di Ako naniniwala sa pag ibig sumuporta lang Ako Sa Inyo no, pero di ibig sabihin na naniniwala na agad Ako sa Pag ibig no.".

"Ayy, okay, sinabi mo eh, Ikaw bahala." Wika ni Analie

"Hahha." nagtawanan lang Silang lahat

Tumayo si Analie para pumunta na sa table ni James. Bumuntong hininga na ito at sabay Sabi na.

"This is the right time na kakausapin mo yong taong nagpapakilig sa iyo at this is the time na kikiligin na Ako." wika ni Analie sa sarili nito habang naglalakad patungo Kay James bigla itong napagtripan ng mga kaklase niya.

"Analie saan punta mo?" Tanong ng Isang studyante lalaki.

Di na lang pinansin ni Analie at patuloy ito sa paglalakad. At ilang sandali pa ay nakarating na ito sa upuan ni James.

"Hi James, are you okay?" Tanong ni Analie kay James.

Tiningnan lang ito ni James at kunwari di Niya Nakita o narinig.

"James,mes are you listening with me naririnig mo ba Ako uyy?" *Wika ni Analie.

"Oo naririnig kita at sino ka nga Pala?" wika ni James

"Ayy Grabe di mo Pala kilala eh magkaklase lang Tayo noong senior high ngayon lang tayo di magkaklase kasi lumipat ka na nang kurso."

"Hahh,." Hahh sorry Analie, na gulat lang Ako Kasi dati halos di mo Ako kakausapin tapos ngayon Ikaw na Naman yong habol ng habol Sa akin ngayon.".

"Hala ibig sabihin naghabol ka din dati?" Wika ni Analie

"Oo dati kasi gustong gusto ko yong vibes mo dahil sobrang swak na swak talaga Tayo pero noong nalaman Kong gusto mo Pala Ako medyo nawala yong gusto ko na maging magkaibigan Tayo Kaya umiwas Ako Kasi di pa Ako Handa na magkaroon ng babae may gusto sa akin." Wika ni James

"Ay pasensya na talaga." Wika ni Analie

"No it's okay lang talaga." wika ni James

Habang ang kaibigan ni Analie na Sina Crystal, Jasmin, Thalia, Krisha, Laureen, Jane, Eleonor, Erene, Karina, Amor, Maxene, Shaira, and Rachel ay napagusapan ang tungkol sa paguusap nina Analie at James.

"Bess sana All talaga si Analie may James na tayo Kaya?" Wika ni Jasmin.

"Oo nga kailan Kaya yong akin," Wika ni Thalia

"Maghintay na lang kayo darating din Yan...", Sabi ni Karina

"Naol Bess Karina ni lolowkey na Niya yong lalaki Niya paano Naman Ako paano Naman Tayo."

"Ang emotional talaga ng Beshy ko na Yan bakit ka Pala malungkot Beshy ko." wika ni Amor

" Siguro walang lalaking magkakagusto sa kanya Kaya ganyan Siya." wika ni Rachel

"Sakit Naman ninyo magsalita sa kaibigan natin." wika ni Maxene

"Oo nga dapat magmahalan lang Tayo dito Kasi Tayo tayo lang din Naman Ang magtutulongan bandang huli."

"Yan tuloy nagalit na si Shaira." Wika ni Laureen

"Huwag ka namang magalit besshy Shaira." wika ni Krisha

"Di naman Yan Galit ehh sadyang nairita lang Yan." wika ni Eleonor

At masayang naguusap Sina Analie at James.

Chapter 13 Pag uusap nina Shaira Macapagal and Derrick Alonzo

Pag uusap nina Shaira Macapagal and Derrick Alonzo

Habang nakaupo si Shaira sa upuan nila sa loob ng classroom ay Nakita ni Derrick si Shaira na para bang balisang balisa. Nagtaka si Derrick bakit ganoon Ang kinikilos ni Shaira.Di nagsama si Shaira at Maxene ngayon dahil busy si Maxene kagagawa Ng kanilang research paper.At habang pasulyap sulyap lang noong una di Derrick pero labis na talaga Ang pag alalala nito dahil nga di niya akalain na makikita niyang ganoon Ang naging hitsura ni Derrick.Ilang Oras pa ang makalipas ay agad Niya itong nilapitan.

Nagulat si Shaira ng biglang may nagsalita Mula sa likuran nito.

" Hay palaka! ano ba Yan Derrick ginulat mo naman ako." wika ni Shaira kay Derrick.

" Grabe ka Naman sa palaka kamusta ka na Shai?" pag alalang tanong ni Derrick kay Shaira

" Ayos lang Ako Derrick Ikaw ba kamusta ka na ayos lang ba grades mo? wika ni Shaira

" Maayos lang Naman yong grades ko Ikaw mukhang hindi ka maayos may iniisip ka bang nakakasagabal Sa iyo?" wika ni Derrick

" Nakakasagabal? Wala Naman siguro ano pagod lang Ako Kasi iniisip ko yong research namin Kong kailan Siya matatapos at kailan Siya magsisimula kayo ba tapos na ba kayo sa research paper ninyo?" wika ni Shaira

" Medyo di pa yon final Mukha eh fifinalize pa namin ayaw kasi namin na palaging umuulit sino sino ba Kasi Kasama mo Sa research?" wika ni Derrick

" I don't know di ko pa alam Kong sino kasi tatlo yong research natin di ba?" wika ni Shaira

" Oo yong research one na qualitative, Research two na quantitative and last yong mix feel ko yong mix is by pair na if Wala Kang ka pair aghh Tayo na lang always akonh available." wika ni Derrick

" Sige Sige sasabihan lang kita kapag Wala talaga akoang ka pair." wika ni Shaira.

" Okay kumain ka na ba? meron akong biscuit Doon if you want." wika ni Derrick

" Sige Derrick busog pa Ako." pagtanggi ni Shaira.

Ngunit di talaga kumbisido si Derrick kinuha Niya yong bag Niya na may biscuit at kinuha Ang Isang biscuit Saka binigay Kay Shaira.

" Ito oh Sayo na Yan baka gutomin ka." wika ni Derrick

" Sige thank you Derrick." wika ni Shaira

" Your welcome."Wika ni Derrick

At bumalik na si Derrick Sa upuan niya dahil magsisimula na Ang Klase nila sa Isang subjects ma parehong paborito nila.

Chapter 14 - Interaction of Rachel Buencamino and Harold Quiamco

Maingay ang paligid ng silid aralan nila nakaupo lang si Rachel at hawak Niya Ang kanyang Telepono. Habang si Harold Naman ay tingin ng tingin Kay Rachel para bang gustong gusto na itong lapitan pero pinipigilan lang talaga ni Harold dahil ayaw niyang eh ship ship pa Siya gusto Niya Siya mismo Ang kusang mag first move Kay Rachel.Palagi niyang tiningnan si Rachel Kong saan pupunta si Rachel sinusundan Niya ito gamit Ang kanyang dalawang mga mata.

Habang nagmamasid si Harold Kay Rachel Nakita na ni Rachel na nagmamasid ito at ilang sandali pa ay biglang tumayo si Harold at lumapit na nga Kay Rachel at...

" Hi Rachel kamusta ka na?" wika ni Harold

" Ayos lang Ikaw ba kamusta ka na?" wika ni Rachel.

" Ayos lang din Ako."wika ni Harold

"Saka by the way bakit ka nga Pala napatabi Sa akin?" wika ni Rachel

"* Wala lang bawal ba nakadisturbo ba Ako?"* wika ni Harold

" Di Naman okay lang na Tumabi ka nagtaka lang Ako kasi first time Kang Tumabi Sa akin dati halos di mo nga Ako pinapansin." wika ni Rachel

" Sorry huh Minsan di Ako masaya kasi Sa mga problems ko at sana don't worry about I can handle the pain Naman." wika ni Harold

" Talaga ba Kaya mo na?"* wika ni Rachel

" Kumain ka na ba may biscuit Ako baka want mo?" Alok ni Harold Kay Rachel.

"Thanks Harold ambait mo talaga." Wika ni Rachel

" Walang anuman Basta smile ka lang palagi huh huwag Kang magpapatalo Sa problema if you want to talk. To me chat me lang. " Wika ni Harold

" Okay Harold Kainin na natin itong biscuit na binigay mo Sa akin." wika ni Rachel

"* Di sayo lang Yan meron din Ako para busog na busog ka talaga." wika ni Harold

"* Ahh okay by the way ano yong kursong kukunin mo kapag college ka na?" Tanong ni Rachel

" Nagdadalawang isip talaga Ako Kong Anong kukunin ko either engineering or Education Ikaw ba ano kursong kukunin mo?" wika ni Harold

" Tourism lang kukunin Kong kurso." Saad nito.

Chapter 15 - Karina Quiambao and Vincent Sandejas

Tahimik na nakaupo si Karina habang hawak hawak Niya Ang kanyang cellphone.At napa scroll ito sa Facebook at manood ng mga funny videos at ilang sandali pa ay biglang may nag message Sa kanya.Nagtaka ito kong sino ng nag message sa Kanya kasi usually nag message ay Ang mga kibigan nito.Ngunit tiningnan ni Karina ang message ay di Ang kanilang Gc kundi unknown name.

"F*c*! who is this." Napamurang wika ni Karina.

Nagulat Ang lahat Ng biglang napasigaw si Karina first time kasi nilang marinig si Karina na magmura Sa harapan nila.

Binalik agad ni Karina ang atensyon nito sa cellphone niya.Iniisip Niya talaga Kong sino Ang nag message sa Kanya.Habang si Vincent ay napangiti dahil Ang cute raw ni Karina mag Mura.

Hi - unknown message

Hello - Karina

Kamusta ka Ang cute mo Pala sa personal.- Unknown message

Luh sino ka Po?- Karina

Malalaman mo kapag may makipagkita Sa iyo - Unknown

Ano nga Pala tinira mo ba't Ako Ang nakuha mong pag tripan - Karina

Hala sorry di Po Ako drug user kung magiging adik man Ako Ikaw Ang dahilan ng pagka adik ko - Unknown

Ulol ka ba Kasi nabwebweshit na Ako sayo kanina pa - Karina

Ayy huwag ka nang magalit please malalaman mo Kong sino Ako soon or baka magbago isip ko makipag kita Ako mamaya Sa iyo - Unknown

Maari ba kitang Makita mamaya? - Karina

Sige Ikaw bahala Anong Oras ba gusto mong Makita Ako?- Unknown

Pagkatapos ng Klase Sa may likod ng gym if okay lang?- Karina

Sige ba galingan mo Sa school mo huh nakatitig lang Ako Sa iyo palagi - Unknown

Sige po sana Makita na talaga kita - Karina

At nagsimula na nga Ang kanilang discussion bumabagabag pa din sa isipan ni Karina Kong sino iyon.

At ilang sandali pa ay natapos na Ang last period nila. Niligpit na ni Karina ang mga gamit nito dahil excited na nga niyang makilala Kong sino yong stranger na nag chachat Sa kanya. Habang si Vincent ay nakahanda na nasa likod na nito ng gym.

At habang si Karina ay papalapit na ito.

Agad na napachat si Karina.

Nasaan ka na Anong kulay ng damit mo - Karina

Nandito na Ako naka white t shirt Ako Ako lang Naman yong tao dito -unknown

At ilang Oras pa ay...

" Ikaw?! Vincent Anong ginagawa mo rito ba't ka nandito?" wika ni Karina

" Hmm gusto lang kitang makausap eh hi I'm Vincent." wika ni Vincent

" Ulol alam ko pangalan mo no." wika ni Karina

At mapayapang inihatid ni Vincent si Karina Sa Bahay nila.

Chapter 16 - Eleonor Buenavista and Robert Clarkman

Nasa labas ng classroom si Robert dahil galing ito sa canteen dahil Bumili ito ng pagkain dahil nagugutom daw ito.habang si Eleonor naman ay nasa loob lang ng classroom tahimik na binasa ang kanyang mga notes dahil may quiz ito sa next subjects nila.Habang kumakain si Robert ng pinaypay napatingin ito kay Eleonor.At nasa isip niya ang mga salita...

" Ang ganda talaga ni Eleonor." wika sa isipan ni Robert.."

Dahan dahang inihakbang ni Robert Ang kanyang mga Para bitbit pa din Ang pagkain na kanina pa Niya hawak ng hawak.At ilang Oras pa ay Nakapasok na ito at tahimik na umupo Sa kanyang upuan.Nagtaka lang si Eleonor bakit di ito pinansin.

Habang si Eleonor at nakasilip pa din sa kanya dahil medyo na aatract si Eleonor Kay Robert.'yon na nga ba Ang kanilang unang pagkikita at pag uusap.

Kumuha ng Papel si Eleonor at sinulatan nito ng psst lumingon ka mag uusap Tayo. ' yon talaga Ang nakasulat Sa Isang scratch paper at ito ay tinapon Niya

Kay Robert.Di Nakita ni Robert Kong sino yong tumapon.At agad Naman nitong pinulot at binasa Niya ito.

At Ang nakalagay ay...

" Hi Robert pwede ba kitang makausap kahit saglit lang. " Ito Ang nakasulat sa scratch paper.

At ilang sandali pa ay nabasa na nga ni Robert at agad Naman itong lumabas at itinapon Ang scratch paper sa mesa ni Eleonor.

At ang nakalagay Sa scratch paper at ilang sandali pa ay pinulot ni Eleonor ito.

" Sige kita Tayo Sa may puno ng Mangga." Binasa ni Eleonor at agad na pumunta sa puno ng Mangga kong saan nandoon si Robert.

Nagtaka si Eleonor na nandoon si Robert.

" Robert? kanina ka pa ba dito?" wika ni Eleonor

" Oo kanina pa bakit mo Pala Ako gustong makausap?" wika ni Robert.

" Wala lang gusto lang talaga kitang makausap alam mo na gusto lang kitang maging kaibigan." wika ni Eleonor

" Talaga ba magkaibigan or iba na yata gusto mo." wika ni Robert.

Chapter 17 - Jane Hillario and Echo Robles

At habang si Jane ay nasa Canteen at Bumili din si Echo ng burger nadatnan ni Echo si Jane.Na pinoproblema Niya yong Kulang na pambayad Niya.Agad na nagtaka si Echo Kong bakit naka kunot Ang noo ni Jane.Nagdadalawang isip na lapitan ni Echo si Jane baka kasi di Siya mapansin Kaya yon di muna ito pinuntahan.At ilang minuto ay di na talaga matiis ni Echo Kaya pinuntahan na Niya ito.

" Jane ayos ka lang ba may problema ba Kulang ba pambayad mo?" dire diretsong wika ni Echo

" Oum oo nga Echo eh Malaki yong problema ko dahil yong Pera ko ay Kulang fifty pesos tapos yong babayaran ko nasa two hundred plus." wika ni Jane

"Don't you worry Ako na Ang magbabayad." wika ni Echo

" Sure ka ba diyan Echo?" wika ni Jane

" Oo Naman para Sa iyo gagawin ko Ang lahat." Sabay ngiti Kay Jane..

At ilang sandali pa ay okay na yong Kulang na babayaran ni Jane sa Canteen.Magkasabay na silang pumunta sa Isang upuan dito sa campus na Pweding pwede nilang tambayan.Di talaga alam ni Jane yong gagawin niya akalain mo yon crush mo yong nagbayaran ng kinain mo.Kaya babawi si Jane gusto niyang pasayahin palagi.At ilang minuto ang kanilang pag lalakad ay nandito na nga Sila Sa upuan.

" Thank you huh Pala kanina huh Kong di Dahil Sa iyo mapapatay Ako at di ko makain yong gusto dahil Kulang Ang pera Kong dinadala."Wika ni Jane.

" Walang anuman Basta Nakita ko lang kayong naka ngiti okay na Ako doon cute mo Pala kapag nagkaroon ng problema no sobrang cute na cute mo talaga." wika Ni Echo

" From now own I am your friends na okay pwede din with benefits if you want Charoot." wika ni Jane

" Thanks ." wika ni Echo

At ilang Oras pa ang nakalipas ay agad na umalis Ang dalawa at bumalik na nga ito sa kanilang classroom nila.

" Hayst salamat dumating na siya Sa Buhay ko." wika ni Jane.

Chapter 18 - Laureen Saavedra and Calix Buenaventura

Nakatayo si Laureen sa labas ng comfort room ng biglang may Tinapik sa likuran nito.At nagulat si Laureen Kong sino yong tumapik sa likuran niya.Si Calix lang Pala.

"Uy! Palaka sino ka ba?" wika ni Laureen at agad Naman itong lumingon Kong sino yong tumapik sa kanya.

" Ayy Grabe ka di mo na Pala Ako ngayon Kilala." wika ni Calix..

" Hala sorry ikaw Pala Yan Akala ko Kasi ibang tao eh." wika ni Laureen

" Haysst mangangamusta lang Ako Sa project natin. Sa history maayos na ba? baka may gusto ka pang ipagawa Sa akin?" Tanong ni Calix Kay Laureen.

Habang si Laureen ay kinikilig lang Sa gilid dahil sobrang crush na crush Niya Pala si Calix noong mga bata pa Sila.

"Hay nako ayos lang ano ka ba okay lang kahit Wala kang ambag Kasi may ambag ka na Sa Puso ko."birong bigkas ni Laureen.

" Sira so saan ba lakad mo pagkatapos mo dito by the way maari ba kitang Mayaya Sa coffee restaurant Doon na lang din natin Gawin 'yong assignments natin Kong okay lang sa iyo.", Sabi ni Calix Kay Laureen.

" Okay ba okay mga what time ba?" Tanong ni Laureen kay Calix.

" Mga 7:30 A.M game ka ba?", wika ni Calix Kay Laureen

" Okay game na game?" bigkas ni Calix

" Chat mo lang Ako huh kapag Wala ipapakuha na kita." Wika ni Calix.

Sobrang kinilig talaga si Laureen kasi first time niyang mapansin ng kanyang crush. For the first time niyang makakausap at makakasama nito.

At makalipas ang ilang Oras

Nakaupo lang si Laureen sa upuan at hinihintay si Calix na dumating Sa Isang pinakasikat na restaurant dito.

At ilang sandali pa ay dumating na nga si Calix . At umupo ito Kasama si Laureen at ilang sandali pa ay agadna uminom ito nang kape at ilang sandali pa ay nag kwekwentuhan lang si Calix at Laureen.Kikilig sobrang si Laureen ngayong araw dahil may pic na.

Chapter 19 - Jasmin Corpuz and Jestoni Melendres

Nakangiti si Jasmin habang Bitbit niya ang Isang red paper bag.Ang laman ng red paper bag niya ay ang mga damit nito.

Habang si Jestoni ay nasa gate pa ng kanilang paaralan. Angkas niya ang kapatid nito at Si Jestoni Ang maghahatid sa kapatid niya. At sumakay na nga Ang kapatid nito at ilang sandali pa ay pinaandar na ni Jestoni Ang motor Niya.

At ilang Oras pa ang makalipas ay inihatid na nga Niya ito.

At ilang sandali pa ay nadatnan ni Jestoni si Jasmin na naglalakad sa may kalsada.At agad na niyaya ni Jestoni si Jasmin na sumakay na nga ito.

" Hi Jasmin maari ka na bang sumakay baka kasi malate ka pa niyan." bigkas ni Jestoni

"Hala huwag na nakakahiya Kasi eh." Sabi ni Jasmin

" Huwag ka nang mahiya okay andito lang Ako." wika ng kapatid ni Jestoni

" What bro it's mine not yours okay." wika ni Jestoni sa kapatid nito.

" What Kuya do you like her?" Pagtatakang tanong ng kapatid ni Jestoni.

" Oum nope I'm kidding bro no ano ka ba never ako ibig ng kaklase ko." wika ni Jestoni

" Are you sure Kuya? baka eh dedeny mo din si Ate kapag naging kayo na talaga ambait Kaya ni Ate para Sa iyo." wika ng kapatid nito.

" Shut up! bro " Wika ni Jestoni habang mas binilisan pa Niya Ang pagmamaneho ng motorsiklo niya.At ilang minuto ang nakalipas ay umabot na Sila Sa paaralan ng kapatid nito.

At agad na sumakay pabalik si Jasmin.

" Jas huwag mo masyadong seryosohin yong sinabi ng kapatid ko kanina." Habang tumingin Kay Jasmin..

At ilang sandali pa ay umuawi na ito at...

" Thank you for the safety rides."bigkas ni Jasmin

" Thanks good luck." wika ni Jestoni

Ngumiti Naman si Jasmin at agad na tumungo sa loob ng classroom nila.Pinark lang ni Jestoni sa gilid at agad Naman sumunod Kay Jasmin.At ilang Oras din nang kanilang paglalakad ay nakaabot na din ito sa kanilang Classroom..

Chapter 20 - Thalia Marfori and Kristian Marco

Naglalakad si Thalia papunta sa canteen pagkatapos si Kristian Naman ay nakapila Sa may canteen.Kay haba ng pila pagkatapos Ilang sigundo pa ay sumingit si Thalia...

" Miss ang unfair mo naman kami dito nag pipila para di unfair tapos Ikaw pasingit singit lang." wika ni Kristian.

" Ayy sorry Po kasalanan ko bang Mahal Ako ng mga kapwa studyante natin dito kahit kailan Pwedeng pwede akong sumingit eh Ikaw kailan ka Kaya makakasingit?" wika ni Thalia.

" Alam mo Thalia napipikon na talaga Ako Sa iyo sarap mo talaga sakalin Sa tuwing nakikita kita parang Ewan di Ako mapakali talaga." wika ni Kristian

" Inggit ka lang Kristian pero sana ayosin mo naman baka kasi in the end of the day Ikaw lang yong kawawa dahil walang kumakampi Sa iyo." wika ni Thalia.

" Alam mo Kong pwede lang patulan Ang babae kanina pa kita pinatulan kaso di pwede eh nakakairita talaga yang pagmumukha mo para ka talagang Ewan Thalia Doon ka nga Sa huli.* wika ni Kristian

" Paano Kong ayaw ko Anong gagawin mo?" wika ni Thalia.

" Hmm? edi hahalikan. " wika nito

" Bastos! manyakis ka Pala Akala ko bakla ka bakit ambastos bastos mo." wika ni Thalia.

" Hmm chill Sa iyo lang Ako bastos pero sa iba never Ako naging bastos Kasi nakakabastos din Kasi yong the way you threat me like parang di Ako nag exist." wika ni Kristian

" Anlabo mo Kasi Kristian Kasi ñ lll duwag mo lang iyon di ba Kasi Akala mo di kita napapansin palagi kitang napapansin Kris dahil nakikita ko sa mga Mata mo na mahal na mahal mo talaga ako pero yong concern at the way I threat you di mo din napapansin." wika ni Thalia.

" Kailan mo ko napansin huh kailan mo ko binigyan ng pansin Thalia halos ibigay ko na lahat sa iyo pero Wala pa din iba pa din yong binibinigyan mo nang atensyon at Pagmamahal bakit Anong maling nagawa ko huh may Mali ba akong nagawa para di mo ko mahalin?" wika ni Kristian

" Wala Kristian Wala.." Wika ni Thalia.

Chapter 21 - Maxene Hermosa and Ashley Ramirez

Habang naglalakad si Maxene papunta sa Canteen dahil sinundo nila si Thalia at habang si Ashley ay kinukuha Niya yong pagkain Niya Kay Kristian.At ilang sandali pa ay nakarating si Maxene sa Canteen.

" Bess? Matagal pa ba Yan?" wika ni Maxene.

" Mamaya na bess nakaka bweshit Kasi si Kristian sarap sapakin. " wika ni Thalia.

"Chill Bess lalaki kalaban mo ko ampogi Kaya ni Kristian tapos kakalabanin mo lang." Wika ni Maxene.

" Hmm... Nakakapikon na kasi Siya." Nakasimangot na wika ni Thalia Sa harapan ni Maxene.

At habang si Kristian at Ashley ay nag uusap din.

" Pre yong pinabili ko Sa iyo nasaan na kanina ka pa pumila diyan ahh bakit hanggang ngayon Wala pa din?" Reklamong wika ni Ashley sa kaibigan nito.

" Ang ingay mo pre tumahimik ka nga Kasi mag punyetang babae yong putak ng putak dito dahilan Kong bakit di Ako nakabili agad." wika ni Kristian

" Saan dito pre yong Maxene ba?" wika ni Ashley.

" Pre Hindi... H- Hindi."

Nilapitan ni Ashley si Maxene.

" Hoy babaeng Akala mo maganda pero di Naman Pala alam mo bang dahil sa iyo nagugutom Ako ngayon huh!." wika ni Ashley

"Anong pinagsasabi mo kakarating ko nga lang tapos putak na putak ka diyan you know what before you attack the person's you hate please check na real story first.Di yong sugod ka nang sugod pero di mo alam Kong sino ba talaga Gumawa ng mga bagay na never ko naman ginawa okay." wika ni Maxene

" How dare you! Sabi ni Kristian Ikaw daw yong dahilan bakit di ito nakabili agad huh ano ba talagang problema mo? May problema ka ba Sa Atensyon? you need atensyon ba di ko yon maibibigay okay Kasi Ang hirap ibigay iyon." wika ni Ashley

" Shut up! don't you dare to accuse me okay I'm not the girl who fight with Kristian.Kakarating ko nga lang tapos pagbibintangan mo ko How dare you." wika ni Maxene.

At agad namang sinampal ni Maxene sa Pisngi at agad namang napahawak si Ashley sa Pisngi Niya.

Chapter 22 - Erene Roque and Sebastian Lucero

Masayang kumakain si Erene sa labas kasama ang mga kaibigan niya.Habang si Sebastian ay naglalaro lang sa labas ng pinagkakainan ni Erene. Ilang oras din ang nakalipas tapos na si Erene at ang mga kaibigan nito na kumain. At si Sebastian naman ay pupunta na sa kanilang classroom at biglang nagbanggaan sina Sebastian at Erene.

" Aray ano ba yan ang tanga tanga naman parang namang bulag di tumitingin sa daan." Galit na wika ni Erene habang nakatingin kay Sebastian at agad naman nitong iniripan.

" Ano ba alam mo namang naglalaro ako tapos pa harang harang ka diyan sa dinadaan ko." Galit na sagot ni Sebastian kay Erene

" Aba ang kapal din ng pagmumukha mo pagkatapos mong banggain ako ang lakas lakas mong pagalitan ako tapos ano huh di mo na lang ako tutulongan dito palibhasa wala kang puso at di uso sa iyo na tumulong sa kapwa na nangangailangan sana sa susunod na mabangga mo ko talagang sa principal na talaga tayo maghaharap dahil di na ito pwede eh." wika ni Erene.

" Edi magsumbong ka wala naman akong pake kong mag sumbong ka wala namang maniniwala sa iyo okay at isa pa mag ingat ka din sa susunod na maglalakad ka dahil di lahat kayang tumingin sa dinadaan paano kong di ako yong nabangga mo aawayin mo din ba?" Tanong ni Sebastian.

" Oo aawayin ko pa din sino ba sila para di sugorin huh halos mamatay na nga sa ginawa mo sa akin tapos di ko pa talaga aawayin ang unfair naman ng ganoon no di ako papayag na nagmumukha akong kawawa at kong akala mo na pwede mo kong maging alipin diyan ka nagkakamali at maghanap ka na lang ng ibang mapagtripan mo okay at pwede ba umalis ka na sa harapan ko ayaw ko nang makita talaga pagmumukha mo." wika ni Erene.

" Paano kong ayaw ko anong gagawin mo huh sasaktan kong kaya mo kong saktan Erene." wika ni Sebastian.

" Hoy Sebastian huwag na huwag mo kong ma Erene Erene di tayo close." wika ni Erene.

" So?"

Chapter 23 - Amor Dela Merced and Timothy Saavedra

Habang si Amor sa labas ay tuwang tuwa sa dalawa na sina Erene at Sebastian. Habang si Timothy naman ay nasa loob tuwang tuwa nang nakita niya ang kanyang kaibigan na dumada moves na sa babae. Akala kasi nila bakla si Sebastian kasi sa kanilang lahat siya lang yong di talaga nagkwekwento about sa babae at feeling nila wala siyang interes sa mga babae.Pero noong nakita niya si Erene at Sebastian na nag aaway na parang mag jowa doon na niya natanto na di pala bakla ang kaibigan niya.

At dahan dahang pumasok si Amor at nakita niya ang kaibigan ni Sebastian na si Timothy. Sobrang gwapo ni Timothy at yon na nga agad na nagsalita si Amor si Timothy ng...

" Hi kamusta ka na okay ka lang ba dito di ka ba nainitan." wika ni Amor Kay Timothy.

"Po? ba't naman ako maiinitan eh naka Aircon tayo Amor ano ang pinagsasabi mo?* wika ni Timothy

" Ayy ganoon ba pwede bang tumabi sa iyo?. Kong okay lang." wika ni Amor.

" Okay lang naman tumabi pero sana panghabang buhay ka nang tatabi sa akin." Birong wika ni Timothy.

" May sinasabi ka ba Timothy?" wika ni Amor.

" Wala sabi ko pwedeng pwede kang tumabi kahit buong sraw mo kong tabihan ayos lang." birong wika ulit ni Timothy kay Amor.

" Alam mo Timothy kanina ko pa napapansin na dumadamoves ka na talaga sa akin huh baka bet mo din Ako." birong bigkas ni Amor.

" Luh sinong nagsabi di aghh " deny ni Timothy.

" Ayy ansakit para akong tinusok ng karayom sa sobrang sakit na sinabi mo sa akin parang di ako maniniwala na di mo din ako gusto kitang kita ko sa iyong mga mata at mga galaw mo na gusto mo din ako no." wika ni Amor.

" Luh di kaya no at never akong magkakagusto sa iyo dahil ang high standard mo kaya at sino ba naman ako para magustuhan mo di naman ako gwapo no." wika ni Timothy.

" Edi wow ba't ayaw mo maniwala sa akin." wika ni Amor.

At doon natapos ang kanilang pag uusap.

Chapter 24 - Krisha Velarde and Kim Mendiola

"Talaga ba kailan kaya magiging sila?" wika ni Krisha sa mga kaibigan nito.

Habang si Kim naman ay naglalakad dahil naghahanap ito nang pagkain niya.Ilang ikot na niya mula labas hanggang canteen wala pa din itong nakikitang pagkain.Kumunot ang noo ni Kim ng makita niya si Krisha na masayang kumakain nang favorite foods niya.Agad na nilapitan ni Kim si Krisha at tinanong ng...

" Hi Krisha pwede bang humingi ng pagkain mo favorite ko kasi iyan." wika ni Kim

" Share mo lang Kim?" wika ni Krisha.

" Hoy tanga nagugutom na nga yong tao gaganyanin mo pa kong Ikaw kaya yong nasa sitwasyon ni Kim task di ka namin binigyan ng pagkain kanina pa kaya siya ikot ng ikot kakahanap Ng pagkain para di ito magutom." wika ni Crystal.

" Sorry po." Wika ni Krisha

" Can I buy some of your foods Krisha nagugutom na kasi ako." Wika ni Kim

" Kim hali ka dito tumabi ka muna sa akin libre na lang ito pero sa isang kondisyon?" Wika ni Krisha.

" Anong kondisyon na naman yan Krisha." wika ni Thalia.

" Oo nga ibigay mo na lang ng libre."" Wika ni Analie

" Shut up don't ruin my plan okay Kim umupo can I kiss you." wika ni Krisha.

" You kiss me for what Krisha?" Wika ni Kim

" Wala lang Ibinigay ko na itong piatos at nova ng libre sa iyo if papayag kang halikan kita." Wika ni Krisha

" Okay lang naman sa akin baka kasi may magagalit kapag hinalikan kita." Wika ni Kim.

" Tssk... Pa choosy choosy ka pa." Wika ni Krisha.

Hinalikan ni Krisha si Kim sa lips mga limang minuto din ang nakalipas ay tapos na itong humalik si Krisha.

" That's all Krisha thanks for the foods okay I can kiss you back soon." Wika ni Kim.

" Punyeta akala ko mandidiri yon pala gugustohin din ikaw Krisha huh nagpara paraan ka na naman huh.," wika ni Jasmin

" Oo nga akala ko talaga aayaw si Kim shutek kumagat din." wika ni Rachel

Chapter 25 - The birthday celebration of Thalia

Maagang napagising si Crystal at ang kanyang mga kaibigan dahil nga inimbitahan ito sa birthday celebration ng kanyang kaibigan na si Thalia.Dahan dahang nagbibihis si Crystal dahil papalapit na magsisimula ang birthday celebration ng kaibigan nito.Sina Analie, Jasmin, Krisha, Lauren, Rachel, Jane, Shaira, Maxene, Amor, Eleonor, Erene,Karina.

"Bess ready na kayo diyan huh baka kasi may maiwan." wika ni Analie.

" Oo nga dapat magaganda tayo dahil kaarawan ng ating pinakamamahal na kaibigan. " wika ni Crystal.

" Guyss I'm ready na." wika ni Jasmin

" Me too " wika ni Erene

" Sino bang Hindi maiiexcite eh halos Tayo Naman di ba." Wika ni Eleonor.

" Hayst bess ambagal bagal mo talaga." Wika ni Shaira

" Oo na bess mag wait ka lang diyan huh!." Saad ni Maxene

Habang si Karina at Jane ay naghahanap pa ng maisusuot matchy matchy ang kanilang magiging damit. Si Crystal at Analie ay red dress.Si Lauren at

Krisha ay blue dress. Di Karina at Jane naman ay yellow dress. Si Eleonor at Erene ay green dress.Si Amor at Rachel ay orange dress.Si Shaira at Maxene ay white dress at black dress sina Thalia at Jasmin.

" Wow ang ganda naman ng dress mo bess Amor." wika ni Rachel.

" Task ako pa ba syempre maganda din yong nag susuot." Wika ni Amor.

" Naks saan mo ba nabilin yong damit mo bess Krisha. " wika ni Laureen.

" Sa mall ang mahal nga nito eh." wika ni Krisha.

" Talaga ba?" wika ni Laureen

" Oo. " Saad ni Krisha.

"Besh saan ka na ba handa na kami dito ikaw na lang yong kulang dito." wika ni Karina

" Andito pa sa bahay wait papunta na ako diyan." wika ni Jane

At ilang sandali pa ay nakarating na si Jane.Handa na Sina Crystal, Analie, Jane, Karina, Amor, Rachel, Maxene, Shaira, Krisha,Lauren at habang sina Jasmin, Eleonor, Erene.

At habang inaabante ni Analie ang van na kanilang sinasakyan.At inimbita din pala ni Thalia si Benjamin na umatend sa kanyang kaarawan.

At ilang oras pa ay nakasakay na silang lahat at papunta na sila sa bahay nina Thalia.

Habang si Benjamin ay na una na ito at ilang sandali pa ay nakarating na si Benjamin sa may malaking puno ng Acacia ay biglang lumapit ang buong katawan nito nagtaka siya bakit biglang lumamig ang paligid.At biglang bumukas ang malaking puno ng Acacia para bang lagusan patungo sa kanilang taon.

Huminto ang paligid ganoon din ang mga sasakyan at tao na busy sa daan.At ilang sandali pa ay nilapitan ni Benjamin ang malaking puno na iyon.At tuloyan na nga itong kinuha ng lagusan ng malaking puno.

Ano kaya ang susunod na mangyayari sa buhay ni Benjamin? saan kaya ito mapupunta.

Habang sina Crystal naman ay nakarating na din ito.At unang pumasok sina Analie, Jasmin, Krisha, Laureen, Erene, Eleonor, Jane, Karina, Amor, Rachel,Shaira, Maxene.

At si Crystal na lang naiwan biglang namang napansin nito ang pagliwanag ng isang malaking puno ng Acacia. Nagtaka ito bakit biglang lumiwanag ito.Kagaya ni Benjamin biglang huminto ang oras at ang buong mundo at tuloyan na ngang pumasok si Crystal sa lagusan ng malaking puno.

Chapter 26 : Reincarnation

Pag reincarnate sa taon kong saan maniniwala silang may pag ibig at tadhana talaga.

Taong 1883

Tahimik ang paligid at nakahiga lang si Crystal sa isang malambot at maawalas na kwarto.Di niya alam na nasa taong mapanakit at taon kung saan dito niya matutunan ang lahat lalo na ang magmahal at mahalin.Habang si Benjamin naman ay maagang gumising para mag dilig na ng halaman.Nagtaka si Benjamin bakit iba na alng kanyang nakakasama.

Tinanong niya ang isang ale kong ano ang nangyayari bakit may mga sundalo na nag pipila papunta sa isang bahay kubo.

" Ale maari po ba akong magtanong." Saad ni Benjamin.

" Ahh di mo ba alam magkakaroon ng isang giyera sa ibang bansa di ka ba kasama sa magiging kawal doon?" wika ng isang ale.

" Di ko alam pinagsasabi ninyo pasensya na ho." wika ko habang nakayuko. Kuno't noo ang bumungad sa akin kasi di ko alam kong anong taon at ano ang nangyayari sa aking paligid.

Umalis na ang ale na pinagtanongan ko.

"Anong taon na ba ito? bakit merong giyera ang naghahanap eh masaya at mapayapa naman ang mundong ginagalawan ko." wika ko sa sarili ko habang hininto ang pagdidilig ng bulaklak.

Napasigaw na bumangon sa hinihigaan si Crystal. Di niya alam na bumalik pala ito sa taong 1883.

Pagbukas ni Benjamin sa pinto ng bahay kubo. Bumungad agad sa kanya ang isang napakagandang babae.

" Oh my delicious who is she?" tanong ni Benjamin sa sarili niya di niya alam kong sino yong babaeng nakahiga sa isang kama.

Nanlaki ang mga mata ni Crystal sa kanyang nakita isang maputi at gwapong lalaki ang bumungad sa umaga nito.

" Who are you? ba't ka nandito at anong kailangan mo rito?" wika ni Crystal.

" Pasensya na binibini Subalit di ko batid na agad pumasok sa kwarto mo pasensya dahil agad akong pumasok at na abala kita. Maari ko bang malaman kong anong petsa at anong taon na tayo ngayon? nagtaka ako kasi iba na yong takbo ng mundo sa labas." wika ni Benjamin.

Nilingon ni Crystal ang kalendaryo.

" Huh! taong 1883!? Seryoso ba ito ginoo ba't ako bumalik parang familliar ka sa akin parang kilala na kita ngunit di ko alam ang buong pangalan mo." Saad ko habang nakatitig sa Isang magandang binibini.

" Anong meron bakit mo nga pala ako kilala anong taon tayo nagkilala?" wika ni Benjamin

" Pasensya na Ginoo ngunit di ko matandaan kong anong taon basta kilala kita." Saad ni Crystal.

At biglang may kumatok sa labas isang alipin.

" Binibing Tala at Ginoong Buwan magsisimula na ang isang sayawan inimbitahan kayo dahil kayo ang magiging bida sa sayawan." Wika ng Isang Alipin.

" Sayawan! meron pa ba noon? eh iba na ang uso ngayon hindi na sayawan." Saad ni Crystal o Tala sa mundong 1883.

" Di ba ninyo alam ang sayawan Binibining Tala!?" tanong ng Isang Alipin.

" Ano ba iyon?" sambat ni Benjamin.

Chapter 27: Sayawan

Ano nga ba ang sayawan ang sayawan ay binubuo ng dalawang napakahalagang tao isang babae at isang lalaki kong saan sa gitna ng entablado sasayaw kayong dalawa at kapag tapos na ang inyong sayaw ay pipili ka na nang isang tao na pwede ninyong isayaw at sa huli ay magmamaskara kayong dalawa at meron tayong tinatawag na first and last dance kong saan sa last dance ay bubunot ka kong sino yong magiging last dance mo dito mo mahahanap ang tadhana mo or ang iyong magiging nobyo." wika ng Alipin.

" Ayaw ko! kong itong manyakis na lalaki lang makakasayaw ko huwag na lang." wika ni Tala.

" Ang arte mo naman binibini aayaw ka pa sa poging ito?" wika ni Buwan

Ngumiti ang isang Alipin pagkatapos nakita ang dalawang nag aaway na para bang mag jowa.

" Sige na Tala at Buwan pumunta na kayo room magbihis na kayo at magsisimula na tayo." wika ng Alipin.

" Seryoso magsisimula na talaga?"

" Oo Tala."

Handa na si Tala at Buwan at pumunta na ito sa sayawan kong saan maraming tao ang nakidalo din sa isang sayawan.

Nandito si Carmencita, Ylora at Benedicta ang nagkagusto kay buwan.Habang andito din sina Juarlito, Bonifacio at Diosdado na gustong makasayaw si Tala.

Unang lumapit si Carmencita kay Buwan inalok niya itong makisayaw.

" Ginoo maari ba akong magtanong sa iyo?" wika ni Carmencita kay Buwan.

" At bakit naman Binibini?" wika ni Buwan.

" Wala lang bawal ba?"

" Pwede pero sa isang kondisyon?" wika nito

"Kondisyon?! Ano namang kondisyon ito." wika ni Carmencita

" Kondisyon kong saan gusto kong makasayaw si Tala Sa huling sayawan." Saad nito.

" Si Binibining Tala sobrang hirap naman niya kakausapin Ginoo seryoso ka ba talaga na siya ang huling sayaw mo andito naman ako oh maari kitang isayaw" Wika ni Carmencita.

" Di pwede eh di Tala yong gusto kong makasayaw sa huling sayawan kong di mo yan gagawan ng paraan di mo ko makakasayaw." wika nito.

" Ako na lang Ginoo." wika ni Ylora.

" Hindi maari dapat ako lang ang una at huli mong sasayawin." wika ni Benedicta.

"Pasensya na di ko muna kayo isasayaw sa ngayon hihintayin ko na lang matapos ang unang sayaw bago ako sumayaw sa huling sayawan." wika ni Buwan.

" Ayy andaya mo naman bakit ayaw mo ba sa akin." wika nito.

" Di naman sa ayaw di ko lang feel."

At habang si Tala ay pinagaagawan din ito ng tatlong lalaki ngunit di rin ito nakipag sayaw dahil hinihintay niya si Buwan na magiging una at huli niyang makasayaw sa sayawan.Ilang oras pa ay natapos na ang unang sayawan.

" Binibini bakit di ka nakipagsayawan doon ayaw mo bang makasayaw ang iba't ibang Ginoo dito sa ating baryo?" wika ng Isang binibini.

" Ayaw ko muna meron kasi akong hinihintay isang Ginoo na kanina ko pa hinihintay na lumapit Sa akin at akoy sayawin." wika ni Tala.

" Seryoso ka ba diyan binibining Tala baka mainip ka sa kakahintay matagal tagalog pa kasi itong matapos eh di ito kagaya ng ibang sayawan na ilang minuto lang tapos na." wika ng Isang Binibini.

" Hmm sige kayo na lang diyan hihintayin ko na lang talaga siya." wika nito.

Hinintay ni Tala na matapos ang sayawan at ilang Oras pa ang nakalipas ay natapos na din ito.

Chapter 28: Pagsasayaw

"Baliw!." wika ng isang kasambahay.

Nagtaka ito bakit sila sinabihan ng salitang baliw.

"Po? paano kami naging baliw eh nais lang naman namin na malaman kong anong taon at mundo ang aming napasukan at anong sadya namin rito bakit kami naparito?" tanong nito.

Umalis na ang kasambahay dahil natapos na ang unang sayaw ngayon dadako naman sila sa huling sayaw na kong saan ay silang dalawa ang maghuhuling sayaw.

Tumayo si Buwan para sayawin si Tala nakatingin lang ito kong kailan si Buwan makipagsayaw kay Tala.

Umikhim si Tala habang si Buwan naman ay bumuntong hininga first time niyang may isasayaw na babae.

"Hi Binibini?" wika ni Buwan

"Hello Ginoo nais mo ba akong makasayaw?" wika ni Tala

" Oo kong ikaw ay papayag na makasayaw ko maari ba binibini?" wika ni Buwan

" Oo naman bakit Naman kita tatangihan eh ang gwapo mo kaya kanina pa kasi kita hinihintay na sayawin ako kasi gusto ko na ikaw yong una at huling sasayaw sa akin at ngayon mukhang matutupad na talaga yong mga hiling ko." Wika ni Tala.

Inilahad ni Buwan ang kanyang kanang kamay sa harapan mismo ni Tala.Tumili lang si Tala at dahan dahang hinawakan ang kamay ni Buwan.

Nagsimula na silang maglakad papunta sa gitna at ilang sandali pa ay sumayaw na Sila.

" Ginoo maari ba kitang makilala?" tanong ni Tala.

" Oo naman Binibini ako si Ginoong Buwan at ikaw?" Pabalik nitong tanon.

" Binibining Tala." wika ni Tala

" Para pa lang tayong Tala at Buwan sa kalangitan di ko akalain na sa iyo lang ako maniniwala sa iyo lang ako magtitiwala na meron talagang tadhana noon di ako na niniwala na merong tadhana kasi akala ko noon tayo ang gumagawa ng ating sariling tadhana." wika ni Buwan

" Ako nga eh di ko inaasahan na mahulog at maniwala ako sa pag ibig dahil noon never talaga ako naniwala na meron talagang pag ibig simula kasi noong sinaktan ako noong pinakauna kong boyfriend parang nawalan na ako nang ganang magmahal ulit." wika ni Tala

At ilang sandali pa ay biglang huminto ang mundo at naka freeze lahat ng tayo tanging sina Tala at Buwan lang ang umiilaw ibig sabihin at babalik na sila sa taon at Mundo na kanilang ginagalawan.

Epilogue

At ilang sandali pa ay nakaabot na nga si Crystal sa mundo ng mga tao na naniniwala na Sa pag ibig.Habang si Benjamin ay naniniwala na siya sa talaga.

Sa maganda at masayang araw ng kasal ng dalawang puso, isang malaking tent ang nakabukas sa hardin ng Villa Miranda. Ang araw ay sariwang sariwa, at ang mga halaman ay nagpaparamdam ng kanilang buhay sa pamamagitan ng kanilang maligayang kulay. Ang himpapawid ay puno ng awit ng mga ibon, na tila ba sila'y nagdiriwang din sa kasiyahan ng okasyon. Nagsisimula na ang mga bisita na dumating, at ang musika ay umaawit ng maligayang tugtog. Si Crystal ay naglakad patungo sa altar, na may kasamang kanyang ama sa kanyang tabi. Ang kanyang gown ay kumikislap sa ilalim ng sinag ng araw, at ang kanyang ngiti ay nagpapahiwatig ng lubos na kasiyahan at pagmamahal. Samantalang si Benjamin ay naghihintay sa altar, ang kanyang mga mata ay hindi maitago ang kanyang labis na kagalakan. Ang kanyang mga kaibigan ay nakatayo sa tabi niya, handang sumuporta sa kanyang pagpapahayag ng pagmamahal sa babaeng matagal niyang pinapangarap. Habang ang seremonya ay nagpapatuloy, ang pari ay nagbibigay ng kanyang mga banal na salita, nagpapaliwanag sa kahalagahan ng pag-ibig at pangako. Ang hangin ay humihipo ng banayad, tila ba ito'y nagbibigay ng pampalakas ng pagmamahalan ng dalawang pusong magkasama. Sa sandaling ang mga pangako ay napatunayan at ang mga singsing ay ipinapasok sa mga daliri, ang buong Villa ay sumigaw ng kasiyahan. Ang bagong kasal ay naglakad patungo sa labas ng altar, na may hawak na kamay at may mga ngiti na hindi mapantay. Ang reception ay nagaganap na, at ang mga bisita ay nagpapalitan ng kanilang mga kwento at tawanan. Ang mga mesa ay puno ng mga pagkain na handog ng masigasig na chef ng Villa, at ang mga inumin ay umaagos ng walang humpay. Sa ilalim ng gabi at mga bituin, ang pista ng kasal ni Crystal at Benjamin ay patuloy na nagpapatuloy. Ang kanilang pagmamahalan ay nagiging simbolo ng walang hanggang kasiyahan at pag-asa para sa kanilang kinabukasan na pinagsasaluhan nila bilang mag-asawa.

Birthday Celebration of Crystal Miranduque.

Masayang gumising si Crystal dahil ngayon ay Ang kaarawan nito.At biglang panibagong yugto ng Buhay Niya Kasama Ang kanyang Asawa na si Benjamin. Ay Labis Ang mga ngiti na naramdaman ni Crystal noong nahulog Siya Kay Benji at muling umibig.

At masayang ipinagdiriwang Ang kanyang kaarawan.

About the Author

Larkenechii

Keneth Jay Malla Completo is a grade 12 Students in the strand of Stem B engineering. Studied at assumption college of Nabunturan. Keneth's want to become a Geodetic Engineer soon.

www.ingramcontent.com/pod-product-compliance
Lightning Source LLC
LaVergne TN
LVHW041853070526
838199LV00045BB/1588